નિરાધાર વૃદ્ધ પેન્શન યોજનાના લાભાર્થીઓના સામાજિક-આર્થિક પાસાંનો અભ્યાસ (અમદાવાદ જિલ્લાના સંદર્ભમાં)

:: Author ::

Dr. Anita H. Patel

PUBLISHED BY

Hemchandracharya International Publishing House
H.Q. At & Po. Chaveli., Ta- Chansma,
Dist- Patan, North Gujarat, India, Asia.
www.iphouseindia.com

First Publication: 30th April, 2016

Copyright: Author

(c) Dr. Anita H. Patel

ISBN:- 978-1-53315-513-9

Price: Rs.800/- INDIA
$ 15 OUTSIDE INDIA

PUBLISHED BY

Hemchandracharya International Publishing House
H.Q. At & Po. Chaveli., Ta- Chansma,
Dist- Patan, North Gujarat, India, Asia.
www.iphouseindia.com

અનુક્રમમણિકા

૧. પ્રસ્તાવના

ભારતમાં પ્રાચીનકાળથી સંયુક્ત કુટુંબપ્રથા અસ્તિત્વમાં રહી છે. પરંતુ આજના સમયમાં આધુનિકીકરણ, શહેરીકરણ, સ્થળાંતર વગેરેને કારણે સંયુક્ત કુટુંબમાં ઘટાડો થયો છે. જેના કારણે સામાજિક સલામતીના પ્રશ્નો વધ્યા છે. પરંપરાગત ભારતીય સમાજમાં વૃદ્ધો માટે અનેક પ્રકારનું સન્માનીય આદર્શ સ્થાન પ્રસ્થાપિત થયેલું હતું. પરંતુ આજના સમયમાં નવા મૂલ્યો અને નવી વિચારસરણી ગ્રહણ કરતો આજનો યુવાવર્ગ અને પરંપરાને વધુ મહત્વ આપતા વડીલો વચ્ચે વૈચારિક મૂલ્યો અને વલણોના સંદર્ભમાં અંતર વધતું જાય છે. જેથી નવી પેઢી અને જૂની પેઢી વચ્ચે સંઘર્ષ થાય છે. સંયુક્ત કુટુંબમાં ઘટાડો અને વિભક્ત કુટુંબમાં વધારો થઈ રહ્યો છે. પરિણામે વૃદ્ધો માટે અનેક પ્રકારની સમસ્યાઓ ઊભી થાય છે. જીવનના અંતિમ તબક્કે કુટુંબના સભ્યો સાથેના સંબંધોનું થતું વિલોપન વૃદ્ધો માટે અનેક પ્રકારની સમસ્યાઓ ઊભી કરે છે. એવા સંજોગોમાં વૃદ્ધોને સામાજિક સલામતી આપવી ખૂબ જ જરૂરી છે.

વૃદ્ધાવસ્થા એક એવી સમસ્યા છે કે જેમાં આવનાર દરેકે તેનો સ્વીકાર કરવો પડે છે. વ્યક્તિ જીવનના ગમે તે તબક્કામાં હોય પરંતુ જીવનજરૂરિયાતો પૂર્ણ કરવા માટે

વત્તે ઓછે અંશે આર્થિક પ્રવૃત્તિ કરવી પડે છે. વૃદ્ધાવસ્થામાં વ્યક્તિની કામ કરવા માટેની શારીરિક અને માનસિક શક્તિ ઓછી થઈ જાય છે. નોકરી કરનારાઓને પણ નક્કી કરેલી ઉંમરે નિવૃત્તિ સ્વીકારવી પડે છે. વૃદ્ધાવસ્થામાં કેટલાંક વ્યક્તિઓનું અર્થોપાર્જન બંધ કે ઓછું થઈ જાય છે. એવા સમયગાળા દરમિયાન વૃદ્ધો આર્થિક સમસ્યા અનુભવે છે. આ બધી બાબતોને ધ્યાનમાં રાખીને ગુજરાત રાજ્યમાં સમાજ સુરક્ષા વિભાગ દ્વારા નિરાધાર વૃદ્ધોના નિભાવ માટે નાણાંકીય સહાય યોજના જુલાઈ ૧૯૭૮ થી શરૂ કરવામાં આવેલી છે. જેના સંદર્ભમાં પ્રસ્તુત પુસ્તકમાં "નિરાધાર વૃદ્ધ પેન્શન યોજનાનો અભ્યાસ" (અમદાવાદ જિલ્લાના સંદર્ભમાં) અભ્યાસની પસંદગી કરવામાં આવી છે.

૨. સંશોધન સમસ્યાની પસંદગી

પ્રસ્તુત અભ્યાસ માટે ગુજરાતના અમદાવાદ જિલ્લામાં નિરાધાર વૃદ્ધો માટે આર્થિક સહાયની યોજના ચાલે છે તેના લીધે તેમના જીવનમાં તેની શું અસરો થયેલી છે. તેમજ ગ્રામીણ અને શહેરી વિસ્તારમાં લાભાર્થીઓના જીવનની વૈવિધ્યતા, તેમનું હાલનું અને પેન્શન પહેલાના આર્થિક જીવનમાં આવેલા બદલાવ વગેરેનો અભ્યાસ કરવાનું પસંદ કર્યું છે.

૩. અભ્યાસના હેતુઓ

૧. નિરાધાર વૃદ્ધ પેન્શન યોજના હેઠળ વૃદ્ધ લાભાર્થીઓનું આર્થિક સર્વેક્ષણ કરવાનો હેતુ છે.

૨. નિરાધાર વૃદ્ધ પેન્શન યોજનાની વૃદ્ધ લાભાર્થીઓના જીવન પરની અસરકારકતા તપાસવાનો હેતુ છે.

૩. વૃદ્ધ લાભાર્થીઓને જે સહાય આપવામાં આવે છે તે પૂરતી છે અને સમયસર મળે છે કે કેમ તેનો અભ્યાસ કરવો.

૪. ગામડાંઓ અને શહેરોમાં નિરાધાર વૃદ્ધ પેન્શન યોજના હેઠળ જે સહાય આપવામાં આવે છે તે બંને વચ્ચે તફાવત છે કે કેમ તે જાણવાનો હેતુ.

૪. અભ્યાસની પરિકલ્પના

૧. યોજનાના લાભ પહેલા અને યોજનાના લાભ પછી વૃદ્ધ લાભાર્થીઓની વાર્ષિક આવકમાં કોઈ તફાવત નથી.

૨. યોજનાના લાભ પહેલા અને યોજનાના લાભ પછી વૃદ્ધ લાભાર્થીઓની બચત અને દેવામાં કોઈ તફાવત નથી.

૩. વૃદ્ધ લાભાર્થીઓમાં શિક્ષણનું પ્રમાણ અને હાલમાં સ્વાસ્થ્ય પાછળ કરાતા ખર્ચ વચ્ચે કોઈ સંબંધ નથી.

૪. યોજનાના લાભ પહેલા અને યોજનાના લાભ પછી વૃદ્ધ લાભાર્થીઓના સ્વાસ્થ્ય પાછળના ખર્ચમાં કોઈ તફાવત નથી.

૫. સંશોધન પદ્ધતિ અને માહિતીના સ્રોતો

પ્રસ્તુત પુસ્તક માટે પ્રાથમિક અને ગૌણ માહિતીનો સ્રોતોનો ઉપયોગ કરવામાં આવ્યો છે. સામાજિક સલામતીની યોજના અંગે વૃદ્ધ લાભાર્થીઓ પાસેથી માહિતી મેળવવા માટે પ્રશ્નાવલીનો ઉપયોગ કરવામાં આવ્યો છે. સામાજિક સલામતી અંગે ગૌણ માહિતી મેળવવા માટે વિવિધ પ્રકાશિત અહેવાલો, વેબસાઈટ, પુસ્તકો, સામાયિકો, સામાજિક ન્યાય અને અધિકારિતા વિભાગ, જિલ્લા કલેક્ટરની ઓફિસ વગેરે જેવા સ્રોતોનો ઉપયોગ કરવામાં આવ્યો છે.

૬. નિદર્શ પસંદગી

અમદાવાદની ગ્રામીણ અને શહેરી વિસ્તારના વૃદ્ધ લાભાર્થીઓની નિદર્શ પસંદગી માટે જિલ્લા કલેક્ટરની ઓફિસ દ્વારા પ્રાપ્ત લાભાર્થીઓની યાદી પ્રમાણે અમદાવાદ જિલ્લામાં વૃદ્ધ પેન્શનના લાભાર્થીઓની સંખ્યા વર્ષ ૨૦૦૩ થી ૨૦૧૩ ના સમયગાળા દરમિયાન ૧૫૦૧ હતી.

અમદાવાદ જિલ્લાના કુલ ૧૧ તાલુકામાંથી ૫૦ ટકા તાલુકા એટલે કે ૫ તાલુકાની પસંદગી કરવામાં આવી છે. અને પાંચ તાલુકાઓમાંથી વૃદ્ધ પેન્શનના કુલ લાભાર્થીઓમાંથી ૧૦ ટકા લાભાર્થીઓ પ્રમાણે ૧૩૦ લાભાર્થીઓનો અભ્યાસ હાથ ધરવામાં આવ્યો છે.

૭. માહિતીનું એકત્રીકરણ અને આંકડાશાસ્ત્રીય પરીક્ષણ

પ્રાથમિક ક્ષેત્રકાર્ય દ્વારા પ્રાપ્ત માહિતીને Excel અને SPSS જેવા સોફ્ટવેરનો ઉપયોગ કરી માહિતીનું કોષ્ટકીકરણ, જરૂરી આલેખો, આવૃત્તિ વિતરણ તેમજ વિવિધ આંકડાશાસ્ત્રીય પરીક્ષણો કરવામાં આવ્યો છે. જેમાં χ^2, T-Test, સહસંબંધ, દ્વારા હેતુઓની ચકાસણી અને સંશોધનની પરિકલ્પનાનું પરીક્ષણ કરવામાં આવ્યું છે.

૮. સંદર્ભ સાહિત્યની સમીક્ષા

- **પોલી લુકાસ દ્વારા "Old age Pension as a Social Security initiative : The case of Botswana" (૨૦૦૯)** વિષય ઉપર અભ્યાસ હાથ ધરવામાં આવ્યો હતો. જેમાં તેઓ જણાવે છે કે વિકસિત અને વિકસતા દેશોમાં વૃદ્ધોની વસ્તીમાં વધારો થઈ રહ્યો છે. જેના કારણે વૃદ્ધોની સામાજિક, આર્થિક પરિસ્થિતિઓમાં બદલાવ આવી રહ્યું છે. જેથી વૃદ્ધોને સામજિક સલામતી આપવી જરૂરી છે. યોજના અમુક અંશે બોટ્સવાનાના વૃદ્ધોની જરૂરિયાતો પૂર્ણ કરવામાં સફળ નીવડી હતી તેમ સંશોધક જણાવે છે. યોજનાને કારણે ગરીબીમાં ઘટાડો અને વૃદ્ધોની સ્થિતિમાં સુધારો થયો. સંશોધકના મતે ૨૦૦૯ના વર્ષમાં ફુગાવાનો દર બોટ્સવાનામાં ૧૧.૫ ટકા હતો જેની તુલનામાં પેન્શનની રકમ ઓછી હતી. અભ્યાસના અંતે સંશોધક સૂચન આપે છે

કે બોટ્સવાનામાં વૃદ્ધોની જરૂરિયાતોને પહોંચી વળવા માટે વ્યાપક નીતિ ઘડવી જોઈએ.

- **આશીષ ગુપ્તા દ્વારા “ઝારખંડ અને છત્તીસગઢમાં વૃદ્ધાવસ્થા પેન્શન યોજના” (૨૦૧૧)** વિષય પર સંશોધન હાથ ધરવામાં આવ્યો હતો. ઝારખંડના લેટહાર જિલ્લા અને છત્તીસગઢના સરગુજા જિલ્લામાંથી ત્રણ ત્રણ ગામડાંઓની યદૃચ્છ રીતે પસંદ કરવામાં આવ્યા હતા અને રાષ્ટ્રીય વૃદ્ધાવસ્થા પેન્શન યોજનાના કાર્યનું મૂલ્યાંકન કરવામાં આવ્યું હતું. અભ્યાસ હેઠળ સંશોધક જણાવે છે કે NOAPS ઓછા ભ્રષ્ટાચારની સાથે કામ કરતું હતું અને મોટાભાગના લાભાર્થીઓને યોજનાનો લાભ મળતો હતો. પરંતુ ફુગાવાને લીધે લાભાર્થીઓએ પેન્શનની રકમ વધારવાની માંગણી કરી હતી.
- **સી.વી.બાલમુરલી અને રેખા વી.દ્વારા “તામિલનાડુમાં ઈન્દિરા ગાંધી રાષ્ટ્રીય વૃદ્ધ પેન્શન યોજનાનું મૂલ્યાંકન” (૨૦૧૨)** વિષય ઉપર અભ્યાસ હાથ ધરવામાં આવ્યો હતો. તમિલનાડુમાં IGNOAPS નું મૂલ્યાકન કરવા માટે તમિલનાડુના ત્રણ જિલ્લાઓ વેલોર, પેરુમ્બલુર અને નીલગિરીની પસંદગી કરવામાં આવી હતી. દરેક જિલ્લાઓમાંથી ચાર બ્લોક અને દરેક બ્લોકમાંથી દસ ગામડાંઓની પસંદગી મૂલ્યાંકન કરવા માટે કરવામાં આવી

હતી. આમ તમિલનાડુમાં ગ્રામીણ વિસ્તારથી ૧૨૦૩ લાભાર્થીઓની પસંદગી અભ્યાસ માટે કરવામાં આવી અભ્યાસના આધારે એવું જાણવા મળ્યું છે કે મોટા ભાગના લાભાર્થીઓને યોજનાનો લાભ મળતો હતો. મોટાભાગના લાભાર્થીઓ યોજના અંગે જાગૃત હતા. ૯૨ ટકા કરતા વધારે લાભાર્થીઓને પેન્શન ઘરે જ મળી જતું હતું. તમિલનાડુમાં પેન્શન વિતરણ અંગે કોઈ સમસ્યા નથી. પેન્શન લાભાર્થીઓને સમયસર મળતું હતું તેવું તેમના સંશોધનનું તારણ છે.

- દેવી પ્રસાદ અને કોમલી સલોની **"Implementation of the old age pension scheme in Visakhapatnam district"** વિષય ઉપર અભ્યાસ હાથ ધરવામાં આવ્યો હતો. વિશાખાપટ્ટનમમાં રાષ્ટ્રીય સામાજિક સહાય કાર્યક્રમના ભાગરૂપે રાષ્ટ્રીય વૃદ્ધાવસ્થા પેન્શન યોજનાનો અભ્યાસ કરવામાં આવ્યો હતો. અભ્યાસના હેતુઓમાં વૃદ્ધોની સામાજિક અને વસ્તી વિષયક માહિતીનો અભ્યાસ, વૃદ્ધ પેન્શનનું સંચાલન, તેનું અમલ તથા વિતરણ અને યોજનાના યોગ્ય રીતે અમલ માટેના સૂચનોનો સમાવેશ કરવામાં આવ્યો હતો. વિશાખાપટ્ટનમ જિલ્લાના ગામમાંથી ૧૮૫ લાભાર્થીઓની નિદર્શ તરીકે પસંદ કરવામાં આવી હતી. જે નિદર્શોની પસંદગી કરવામાં આવી તેમાંથી ૭૭

ટકા મહિલાઓ અને ૨૩ ટકા પુરુષો હતા. મોટાભાગના લાભાર્થીઓ પાસે કોઈ આવકના સ્રોતો ન હતા. અભ્યાસ હેઠળ સંશોધક જણાવે છે કે વૃદ્ધો દ્વારા પેન્શન વધારાની માંગણી કરવામાં આવતી હતી. પેન્શનની અમુક રકમ મધ્યસ્થીઓને આપવી પડતી હતી. તેથી લાભાર્થીઓ દ્વારા એવી માંગણી કરવામાં આવી હતી કે પેન્શન લાભાર્થીઓના ઘરે મળી શકે એવી વ્યવસ્થા કરવી જોઈએ. મોટાભાગના લાભાર્થીઓને પેન્શનની રકમમાં જે વધારો થાય તેની માહિતી મળતી ન હતી. તેથી એવી વ્યવસ્થા કરવી જોઈએ જેથી પેન્શન અંગેની બધી માહિતી લાભાર્થીઓ સુધી પહોંચી શકે.

૯. વૃદ્ધ પેન્શન યોજનાના લાભાર્થીઓનો સામાજિક-આર્થિક પાસાંનો અભ્યાસ

સામાજિક સલામતીની યોજનાના ભાગરૂપે નિરાધાર વૃદ્ધોને આર્થિક સહાય આપવાની યોજના રાજયમાં ૧ એપ્રિલ ૧૯૭૮ થી અમલમાં છે. રાજ્ય સરકારની યોજના હેઠળ સ્ત્રી કે પુરૂષ ૬૦ વર્ષ કે તે કરતાં વધુ ઉંમરના નિરાધાર વ્યક્તિઓને લાભ મળે છે. તેમણે ૨૧ વર્ષ કે તેથી વધારે ઉંમરનો પુત્ર ન હોવો જોઈએ. ૨૧ વર્ષ કે તેથી વધારે ઉંમરનો પુત્ર હોય પણ તે માનસિક રીતે અસ્થિર હોય કે કેન્સર, ટીબી જેવી ગંભીર માંદગીથી પીડાતા હોય તેવા

વૃદ્ધો પણ અરજી કરી શકે છે. અરજદારની વાર્ષિક આવક ગ્રામ્ય વિસ્તાર માટે રૂ.૪૭,૦૦૦ અને શહેરી વિસ્તાર માટે રૂ.૬૮,૦૦૦ થી વધુ ન હોવી જોઈએ. ઓછામાં ઓછ ૧૦ વર્ષથી ગુજરાતમાં કાયમી વસવાટ હોય તો લાભ મળે છે. યોજના હેઠળ રૂ.૪૦૦ની સહાય નિરાધાર વૃદ્ધોને દર મહિને આપવામાં આવે છે. પોસ્ટ દ્વારા મનીઓર્ડર અથવા બેન્ક એકાઉન્ટના વિકલ્પ આપવામાં આવે છે.

પ્રસ્તુત અભ્યાસમાં વૃદ્ધ પેન્શન યોજનાના લાભાર્થીઓની સામાજિક, આર્થિક સ્થિતિનો અભ્યાસ કરવામાં આવ્યો છે. જેની વિસ્તૃત માહિતી નીચે મુજબ છે.

૯.૧ વૃદ્ધ લાભાર્થીઓની વ્યક્તિગત, કૌટુંબિક અને વસ્તીવિષયક માહિતી

પ્રસ્તુત અભ્યાસ હેઠળ વૃદ્ધ પેન્શન યોજનાના લાભાર્થીઓનો અભ્યાસ કરવા માટે અમદાવાદ જિલ્લાના ૧૧ તાલુકાઓમાંથી ૫ તાલુકાની પસંદગી કરવામાં આવ્યા છે અને ૫ તાલુકાઓમાંથી વૃદ્ધ પેન્શન યોજનાના કુલ લાભાર્થીઓમાંથી દરેક તાલુકાના ૧૦ ટકા લાભાર્થીઓની નિદર્શ તરીકે પસંદગી કરવામાં આવી છે. પસંદ કરાયેલા વૃદ્ધોની સંખ્યા નીચે મુજબ છે.

કોષ્ટક નં.૧.૧		
વૃદ્ધ પેન્શન યોજનાના લાભાર્થીઓની સંખ્યા દર્શાવતું કોષ્ટક		
તાલુકા	વૃદ્ધ લાભાર્થીઓની સંખ્યા	ટકાવારી
અમદાવાદ સિટી	૬૮	૫૨.૩
દસ્ક્રોઈ	૦૫	૩.૮
સાણંદ	૩૧	૨૩.૮
ધોળકા	૨૦	૧૫.૪
બાવળા	૦૬	૪.૬
કુલ	૧૩૦	૧૦૦.૦૦

સ્રોત : જિલ્લા કલેક્ટરની કચેરી

ઉપરોક્ત કોષ્ટકના આધારે કહી શકાય છે કે વૃદ્ધ પેન્શન યોજનાના લાભાર્થીઓનો અભ્યાસ કરવા માટે દરેક તાલુકાના કુલ લાભાર્થીઓમાંથી ૧૦ ટકા લાભાર્થીઓ લેવામાં આવ્યા છે. કુલ લાભાર્થીઓમાંથી તાલુકાવાર ટકાવારીનો અભ્યાસ કરતા જણાય છે કે અમદાવાદ સિટીમાં ૫૨.૩ ટકા લાભાર્થીઓ, દસ્ક્રોઈમાંથી ૩.૮ ટકા લાભાર્થીઓ, સાણંદમાંથી ૨૩.૮ ટકા લાભાર્થીઓ, ધોળકામાંથી ૧૫.૪ ટકા અને બાવળામાંથી ૪.૬ ટકા લાભાર્થીઓની નિદર્શ તરીકે પસંદગી કરવામાં આવી છે.

કોષ્ટક નં.૧.૨
વૃદ્ધ લાભાર્થીઓની ગ્રામીણ અને શહેરી વિસ્તાર પ્રમાણે સંખ્યા

વિસ્તાર	વૃદ્ધ લાભાર્થીઓની સંખ્યા	ટકાવારી
શહેરી	૬૮	૫૨.૩
ગ્રામીણ	૬૨	૪૭.૭
કુલ	૧૩૦	૧૦૦.૦૦
સ્રોત : જિલ્લા કલેક્ટરની કચેરી		

ઉપરોક્ત કોષ્ટક પ્રમાણે ૫૨.૩ ટકા વૃદ્ધ પેન્શન યોજનાના લાભાર્થીઓ શહેરી વિસ્તારના અને ૪૭.૭ ટકા લાભાર્થીઓ ગ્રામીણ વિસ્તારના છે. લાભાર્થીઓનું જાતિ પ્રમાણે અભ્યાસ કરતા નીચે મુજબનું પરિણામ પ્રાપ્ત થયું છે.

કોષ્ટક નં.૧.૩		
વૃદ્ધ લાભાર્થીઓની જાતિની માહિતી દર્શાવતું કોષ્ટક		
વિગત	વૃદ્ધ લાભાર્થીઓની સંખ્યા	ટકાવારી
સ્ત્રી	૧૦૦	૭૬.૯
પુરુષ	૩૦	૨૩.૧
કુલ	૧૩૦	૧૦૦.૦૦
સ્રોત : જિલ્લા કલેક્ટરની કચેરી		

ઉપરોક્ત કોષ્ટકના આધારે કહી શકાય છે કે ૭૬.૯ ટકા સ્ત્રી લાભાર્થીઓ છે. અને ૨૩.૧ ટકા પુરુષ લાભાર્થીઓ છે.

- **વૃદ્ધ લાભાર્થીઓની ઉંમર**

વ્યક્તિની ઉંમર એ તેની કાર્યક્ષમતા અને આરોગ્યનો દરજ્જો નક્કી કરતું એક અગત્યનું પરિબળ છે. વ્યક્તિની ઉંમર જાણવાથી તેમની જરૂરિયાતો, તબીબી સવલતો વગેરે બાબતોનું ખ્યાલ આવે છે. પ્રસ્તુત અભ્યાસમાં અભ્યાસ હેઠળના વૃદ્ધોનું ઉંમર પ્રમાણે વર્ગીકરણ કરવામાં આવ્યું છે, જે નીચે મુજબ છે.

કોષ્ટક નં.૧.૪ વૃદ્ધ લાભાર્થીઓની ઉંમર દર્શાવતું કોષ્ટક		
ઉંમર	વૃદ્ધ લાભાર્થીઓની સંખ્યા	ટકાવારી
૬૦ થી ૬૫	૬૦	૪૬.૨
૬૫.૧ થી ૭૦	૩૬	૨૭.૭
૭૦.૧થી ૭૫	૧૯	૧૪.૬
૭૫.૧ થી ૮૦	૧૦	૭.૭
૮૦.૧ થી ૮૫	૩	૨.૩
૮૫.૧ કરતા વધારે	૨	૧.૫
કુલ	૧૩૦	૧૦૦.૦૦
સ્રોત : પ્રાથમિક ક્ષેત્રકાર્ય દરમિયાન પ્રાપ્ત થયેલી માહિતી		

ઉપરોક્ત કોષ્ટકના આધારે કહી શકાય છે કે ૪૬.૨ ટકા લાભાર્થીઓ ૬૦ થી ૬૫ વર્ષની વચ્ચેના છે. ૧.૫ ટકા લાભાર્થીઓ ૮૫.૧ કરતાં વધારે ઉંમરના છે. ૨૭.૭ ટકા

લાભાર્થીઓ ૬૫.૧ થી ૭૦ વર્ષની વચ્ચેના છે જે દર્શાવે છે કે વધી રહેલી તબીબી રહેલી તબીબી સુવિધાઓ, પોષણયુક્ત આહાર તથા સુધરેલા જીવનધોરણને કારણે સરેરાશ આયુષ્યમાં વધારો થઈ રહ્યો છે. જેથી મૃત્યુદરમાં ઘટાડો અને જન્મદરમાં વધારો નોંધાયો છે. જેની અસર સમગ્ર વસ્તી ઉપર પડી છે અને વસ્તીમાં વધારો થઈ રહ્યો છે.

• વૃદ્ધ લાભાર્થીઓની જ્ઞાતિ

ભારતીય સમાજરચનામાં જ્ઞાતિપ્રથા ખૂબ જ મહત્વ ધરાવે છે. જ્ઞાતિ એ ભારતીય વ્યવસ્થાની લાક્ષણિકતા છે. જ્ઞાતિનો દરજ્જો વ્યક્તિનું સમાજમાં સ્થાન નક્કી કરતું મહત્વનું પરિબળ છે. શ્રીનિવાસ[1] જ્ઞાતિની વ્યાખ્યા આપતા નોંધે છે કે "જ્ઞાતિ એ એક વંશ પરંપરાગત અંતર્લગ્ન પ્રથા ધરાવતું સામાન્ય રીતે એક જ સ્થળે વસતું જૂથ છે. જ્ઞાતિનો પરંપરાગત ધંધો હોય છે. અને જ્ઞાતિના સ્થાનિક કોટિક્રમમાં તેનું નિશ્ચિત સ્થાન હોય છે. જુદી જુદી જ્ઞાતિઓ વચ્ચેના સંબંધોનું નિયમન શુદ્ધિ અને અશુદ્ધિના ખ્યાલો વડે થાય છે. અને સામાન્ય રીતે એકી સાથે બેસીને ભોજન કરવાનો વ્યવહાર સૌથી વિશેષ જ્ઞાતિની અંદર હોય છે.

---

1   ડૉ.હિતેશકુમાર (૧૯૯૯) "વૃદ્ધત્વની સમસ્યા : ગુજરાત રાજ્યના સંદર્ભમાં, હર્ષ પ્રકાશન, અમદાવાદ, પાના નં.૫૮

ભારતીય સમાજ વ્યવસ્થામાં જ્ઞાતિ એક મહત્વની સામાજિક સ્તરરચના છે. જ્ઞાતિ ભારતીય સામાજિક જીવનની વાસ્તવિકતા છે. જ્ઞાતિની સાર્વત્રિક અસર વ્યક્તિના જીવન તેમના ઘડતર પર પડતી હોય છે. આથી કોઈ પણ સામાજિક સંશોધનમાં જ્ઞાતિ અંગેની વિગત જરૂરી બને છે. આ બાબતને ધ્યાનમાં રાખીને વૃદ્ધ લાભાર્થીઓની જ્ઞાતિવિષયક માહિતી મેળવવામાં આવી છે, જે નીચે મુજબ છે.

કોષ્ટક નં.૧.૫ વૃદ્ધ લાભાર્થીઓની જ્ઞાતિ દર્શાવતું કોષ્ટક		
જ્ઞાતિ	વૃદ્ધ લાભાર્થીઓની સંખ્યા	ટકાવારી
અનુસૂચિત જાતિ	૮૧	૬૨.૩
અનુસૂચિત જનજાતિ	૦૬	૪.૬
બક્ષીપંચ	૩૦	૨૩.૧
સામાન્ય	૧૩	૧૦.૦
કુલ	૧૩૦	૧૦૦.૦૦
સ્ત્રોત : પ્રાથમિક ક્ષેત્રકાર્ય દરમિયાન પ્રાપ્ત થયેલી માહિતી		

ઉપરોક્ત કોષ્ટકના આધારે કહી શકાય છે કે ૬૨.૩ ટકા વૃદ્ધ લાભાર્થીઓ અનુસૂચિત જ્ઞાતિના છે. ૪.૬ ટકા વૃદ્ધ લાભાર્થીઓ અનુસૂચિત જનજાતિના છે. ૨૩.૧ ટકા

લાભાર્થીઓ બક્ષીપંચના છે. ૧૦.૦ ટકા લાભાર્થીઓ સામાન્ય જ્ઞાતિના છે.

- ### વૃદ્ધ લાભાર્થીઓનો ધર્મ

ધર્મ માનવસમાજની મહત્વની સંસ્થા છે. વ્યક્તિની માન્યતાઓના ઘડતર અને વર્તનમાં ધર્મની અસર જોવા મળે છે.

શ્રી એચ.એમ.જોન્સન[2] ધર્મની વ્યાખ્યા આપતા નોંધે છે કે "ધર્મ માન્યતાઓ અને ક્રિયાઓની એવી સામ્યપૂર્ણ વ્યવસ્થા છે. જેનો સંબંધ પ્રાણીઓ, શક્તિઓ, સ્થાનો અથવા અન્ય વસ્તુઓની અલૌકિક વ્યવસ્થા સાથે રહેલો છે."

રોજિંદા વ્યવહારનું નિયંત્રણ, ભાતૃભાવનાની પ્રેરણા, નૈતિક મૂલ્યોની જાળવણી, સેવા તેમજ સુધારણાની પ્રવૃત્તિઓ, લાગણીઓમાં સ્થિરતાની જાળવણી એ ધર્મના મહત્વના સામાજિક કાર્યો છે.

પ્રસ્તુત અભ્યાસ હેઠળના લાભાર્થીઓ કયા ધર્મના છે તેની વિગત નીચેના કોષ્ટકમાં દર્શાવવામાં આવેલી છે.

---

2. ડૉ.હિતેશકુમાર (૧૯૯૯) "વૃદ્ધત્વની સમસ્યા : ગુજરાત રાજ્યના સંદર્ભમાં, હર્ષ પ્રકાશન. અમદાવાદ, પાના નં.૫૫

કોષ્ટક નં.૧.૬		
વૃદ્ધ લાભાર્થીઓનો ધર્મ દર્શાવતું કોષ્ટક		
ધર્મ	વૃદ્ધ લાભાર્થીઓની સંખ્યા	ટકાવારી
હિન્દુ	૧૨૨	૯૩.૮
મુસલમાન	૦૮	૬.૨
કુલ	૧૩૦	૧૦૦.૦૦
સ્રોત : પ્રાથમિક ક્ષેત્રકાર્ય દરમિયાન પ્રાપ્ત થયેલી માહિતી		

ઉપરોક્ત કોષ્ટકના આધારે કહી શકાય છે કે અભ્યાસ હેઠળના બહુમતી લાભાર્થીઓ ૯૩.૮ ટકા લાભાર્થીઓ હિન્દુ ધર્મના છે. જ્યારે ૬.૨ ટકા લાભાર્થીઓ મુસલમાન ધર્મના છે.

● **વૃદ્ધ લાભાર્થીઓમાં સામાજિક લગ્ન વિષયક દરજ્જો**

વ્યક્તિનો સાંસારિક દરજ્જો વ્યક્તિનું સમાજ અને કુટુંબમાં સ્થાન દર્શાવે છે. તે અન્ય સભ્યો સાથેના આંતરસંબંધોના સ્વરૂપનો પણ ખ્યાલ આવે છે. વૃદ્ધાવસ્થામાં જે તે વ્યક્તિનો સાંસારિક દરજ્જો તેની સ્થિતિ અને સમસ્યાઓ સમજવામાં અગત્યની બની રહે છે. અભ્યાસ હેઠળના વૃદ્ધ લાભાર્થીઓનો સામાજિક લગ્નવિષયક દરજ્જો નીચે મુજબ છે.

કોષ્ટક નં.૧.૭		
વૃદ્ધ લાભાર્થીઓનો સાંસારિક દરજ્જો દર્શાવતું કોષ્ટક		
દરજ્જો	વૃદ્ધ લાભાર્થીઓની સંખ્યા	ટકાવારી
પરિણીત	૬૦	૪૬.૨
વિધવા	૬૦	૪૬.૨
વિધુર	૧૦	૭.૬
કુલ	૧૩૦	૧૦૦.૦૦
સ્રોત : પ્રાથમિક ક્ષેત્રકાર્ય દરમિયાન પ્રાપ્ત થયેલી માહિતી		

ઉપરોક્ત કોષ્ટકના આધારે કહી શકાય છે કે ૪૬.૨ ટકા લાભાર્થીઓ પરિણીત છે. એટલે કે તેમના જીવનસાથી હયાત છે. ૪૬.૨ ટકા લાભાર્થીઓ વિધવા છે. ૭.૬ ટકા લાભાર્થીઓ વિધુર છે. જેમના જીવનસાથી હતા તેમને એકલતાનો ઓછો અનુભવ થતો. તેમને પોતાના જીવનસાથીનો સાથ સહકાર મળે છે. અને જેમના જીવનસાથી હયાત ન હતા તેમને વિવિધ સમસ્યાઓનો સામના કરવો પડે છે. અમુક લાભાર્થીઓને તેમના બાળકો તરફથી સહકાર મળતો નથી તેથી તેઓ વધારે એકલતા અનુભવે છે.

• વૃદ્ધ લાભાર્થીઓ પાસે બીપીએલ (BPL) કાર્ડ અને રેશનકાર્ડ છે કે નહીં તેની માહિતી

સરકાર દ્વારા ગરીબોને મદદ કરવાના હેતુથી BPL કાર્ડ અને રેશનકાર્ડની સગવડતા આપવામાં આવી છે. જેમાં ગરીબોને સસ્તા દરે અનાજ તેમજ અન્ય વિવિધ યોજનાના લાભો પણ પ્રાપ્ત થાય છે.

પ્રસ્તુત અભ્યાસ હેઠળ વૃદ્ધ લાભાર્થીઓ પાસે બીપીએલ કાર્ડ અને રેશનકાર્ડ છે કે નહિ તેની માહિતી મેળવવામાં આવી છે, જે નીચે મુજબ છે.

કોષ્ટક નં.૧.૮		
વૃદ્ધ લાભાર્થીઓ પાસે બી.પી.એલ.(BPL) કાર્ડ અને રેશનકાર્ડ છે કે નહિ તેની માહિતી દર્શાવતું કોષ્ટક		
વિગત	બી.પી.એલ. (BPL) કાર્ડ	રેશનકાર્ડ
હા	૧૦૮	૧૨૩
ટકા	૮૩.૧	૯૪.૬
ના	૨૨	૭
ટકા	૧૬.૯	૫૪
કુલ	૧૩૦	૧૩૦
ટકા	૧૦૦.૦૦	૧૦૦.૦૦
સ્રોત : પ્રાથમિક ક્ષેત્રકાર્ય દરમિયાન પ્રાપ્ત થયેલી માહિતી		

ઉપરોક્ત કોષ્ટકના આધારે કહી શકાય છે કે ૮૩.૧ ટકા લાભાર્થીઓ બી.પી.એલ.(BPL) કાર્ડ ધરાવે છે અને ૯૪.૬ ટકા લાભાર્થીઓ રેશનકાર્ડ ધરાવે છે. અભ્યાસ દરમિયાન

અમુક વૃદ્ધ લાભાર્થીઓના જણાવ્યા અનુસાર તેઓ બીપીએલ (BPL) કાર્ડ ધરાવે છે. છતાં તેઓને સરકારની અન્ય યોજનાઓનો કોઈપણ પ્રકારનો લાભ મળતો નથી.

પ્રસ્તુત અભ્યાસ હેઠળ શિક્ષણ અને બીપીએલ (BPL) કાર્ડ ધરાવનાર વચ્ચે સંબંધ છે કે નહીં તે તપાસવામાં આવ્યું છે, જેની માહિતી નીચે મુજબ છે.

કોષ્ટક નં.૧.૯				
શિક્ષણ અને બીપીએલ (BPL) કાર્ડ ધરાવનાર વચ્ચે સંબંધ દર્શાવતું કોષ્ટક				
BPL કાર્ડ છે.	અભણ	પ્રાથમિક શિક્ષણ	માધ્યમિક શિક્ષણ	ઉચ્ચ માધ્યમિક શિક્ષણ	કુલ
હા	૭૨	૨૭	૮	૧	૧૦૮
ટકા	૮૪.૭	૭૯.૪	૮૮.૧	૫૦.૦	૮૩.૧
ના	૧૩	૭	૧	૧	૨૨
ટકા	૧૫.૩	૨૦.૬	૧૧.૧	૫૦.૦	૧૬.૯
કુલ	૮૫	૩૪	૯	૨	૧૩૦
ટકા	૧૦૦.૦૦	૧૦૦.૦૦	૧૦૦.૦૦	૧૦૦.૦૦	૧૦૦.૦૦
સ્રોત : પ્રાથમિક ક્ષેત્રકાર્ય દરમિયાન પ્રાપ્ત થયેલી માહિતી				

ઉપરોક્ત કોષ્ટકના આધારે કહી શકાય છે કે બીપીએલ (BPL) કાર્ડ ધરાવનારની સંખ્યા શિક્ષિત લાભાર્થીઓ કરતાં અભણ લાભાર્થીઓમાં વધારે છે.

- **વૃદ્ધ લાભાર્થીઓના કુટુંબની વસ્તી વિષયક માહિતી**

કુટુંબ એક પાયાની સામાજિક સંસ્થા છે. કોઈપણ સમાજવ્યવસ્થામાં કુટુંબ મહત્વનું સ્થાન ધરાવે છે. જુદા જુદા સમાજોમાં રહેલી સામાજિક, આર્થિક અને સાંસ્કૃતિક ભિન્નતાને કારણે કુટુંબ વ્યવસ્થાના સ્વરૂપમાં ભિન્નતા જોવા મળે છે. કુટુંબમાં બાળકના સમાજજીવનની તાલીમનો આરંભ થાય છે. કુટુંબ દ્વારા જ વ્યક્તિ સમાજજીવનમાં અસરકારક ભાગ લેવા શક્તિમાન બને છે. વ્યક્તિ પર કૌટુંબિક પ્રવૃત્તિઓની અસર જોવા મળે છે. વ્યક્તિના સામાજિક સંબંધોની શરૂઆત કુટુંબમાંથી થાય છે.

મેકાઈવર[3] કુટુંબની વ્યાખ્યા આપતાં જણાવે છે કે "એક જ નિવાસમાં સાથે રહેતાં સ્ત્રી-પુરુષ જેમાં તેમની વચ્ચેનો સંબંધ પ્રજનન અને બાળઉછેર માટે પૂરતો, નિશ્ચિત અને ટકાઉ હોય તેવા જૂથને કુટુંબ કહેવામાં આવે છે."

---

3. ડૉ.હિતેશકુમાર (૧૯૯૯) "વૃદ્ધત્વની સમસ્યા : ગુજરાત રાજ્યના સંદર્ભમાં, હર્ષ પ્રકાશન, અમદાવાદ, પાના નં.૫૨

વૃદ્ધાવસ્થા એક એવી અવસ્થા છે કે દરેક વ્યક્તિને તેનો સ્વીકાર કરવો પડે છે. વૃદ્ધાવસ્થામાં વ્યક્તિની શારીરિક, માનસિક શક્તિ નબળી પડતી હોય છે. આ સમયગાળા દરમિયાન વૃદ્ધને કુટુંબની સૌથી વધારે જરૂર પડે છે. પ્રસ્તુત અભ્યાસ હેઠળ વૃદ્ધોના કુટુંબની વસ્તી વિષયક માહિતી મેળવવામાં આવી છે, જે નીચે મુજબ છે.

કોષ્ટક નં.૧.૧૦			
વૃદ્ધ લાભાર્થીઓના કુટુંબની વસ્તી વિષયક માહિતી દર્શાવતું કોષ્ટક			
વિગત	કુટુંબમાં સભ્યોનું ન્યૂનતમ પ્રમાણ	કુટુંબમાં સભ્યોનું મહત્તમ પ્રમાણ	વસ્તીનું કુલ પ્રમાણ	કુટુંબદીઠ સરેરાશ સભ્ય સંખ્યા
પુરુષ	૦૦	૧૦.૦૦	૨૬૮	૨.૦૬૧૫
સ્ત્રી	૦૦	૧૦.૦૦	૨૭૪	૨.૧૦૭૭

ઉપરોક્ત કોષ્ટકથી કહી શકાય છે કે પ્રસ્તુત અભ્યાસના ૧૩૦ લાભાર્થીઓના કુટુંબની કુલ વસ્તી ૫૪૨ છે. જેમાં ૨૬૮ પુરુષ વસ્તી છે અને ૨૭૪ સ્ત્રી વસ્તી છે. કુટુંબમાં સરેરાશ ૨ પુરુષ સભ્યો અને ૨ સ્ત્રી સભ્યો છે. જાતિ ગુણોત્તરનો દર ૧૦૨૨ છે. જે દર્શાવે છે કે વૃદ્ધ લાભાર્થીઓના કુટુંબનો જાતિ ગુણોત્તર દર હકારાત્મક છે.

• વૃદ્ધ લાભાર્થીઓના કુટુંબનું કદ

કુટુંબનું કદ વ્યક્તિના ઉછેર, જીવનધોરણ, અને જરૂરિયાતોને અસર કરે છે. વધુ સભ્યસંખ્યા ધરાવતા કુટુંબના વૃદ્ધો ઓછી એકલતા અનુભવે અને તેમની સમસ્યાઓ ઓછી હોવાની સંભાવના હોય છે. જ્યારે ઓછા સભ્ય સંખ્યા ધરાવતા કુટુંબમાં પુરુષો આર્થિક પ્રવૃત્તિ માટે બહાર જતા હોય, સ્ત્રીઓ ઘરકામની પ્રવૃત્તિઓમાં સંકળાયેલી હોય અથવા તેઓ પણ ઘર બહાર જતી હોય ત્યારે વૃદ્ધોની ઓછી સંભાળ લેવાય અને તેઓ વધુ એકલતા અનુભવે તેવી સંભાવના હોય છે.

પ્રસ્તુત અભ્યાસ હેઠળ વૃદ્ધોના કુટુંબોનું કદ કેવું છે તે તપાસવામાં આવ્યું છે. જેની માહિતી નીચે મુજબ છે.

કોષ્ટક નં.૧.૧૧			
વૃદ્ધ લાભાર્થીઓના કુટુંબના સભ્યોની ઉંમર દર્શાવતું કોષ્ટક			
વિગત	સભ્યોનું ન્યૂનતમ પ્રમાણ	સભ્યોનું મહત્તમ પ્રમાણ	વસ્તીનું કુલ પ્રમાણ	કુટુંબદીઠ સરેરાશ સભ્ય સંખ્યા
૦ થી ૬ વર્ષની વચ્ચેના સભ્યોની સંખ્યા	.૦૦	૨.૦૦	૨૦.૦૦	.૧૫૩૮
૬.૧ થી ૧૪ વર્ષની વચ્ચેના સભ્યોની	.૦૦	૨.૦૦	૫૪.૦૦	.૪૧૫૪

સંખ્યા				
૧૪.૧ થી ૨૫ વર્ષની વચ્ચેના સભ્યોની સંખ્યા	.00	૪.00	૯૬.00	.૭૩૮૫
૨૫.૧ થી ૫૦ વર્ષની વચ્ચેની સભ્યોની સંખ્યા	.00	૪.00	૧૬૦.00	૧.૨૩૦૮
૫૦.૧ થી ૬૦ વર્ષની વચ્ચેના સભ્યોની સંખ્યા	.00	૨.00	૨૯.00	.૨૨૩૧
૬૦.૧ કરતા વધારે ઉંમરના સભ્યોની સંખ્યા	૧.00	૨.00	૧૮૩.00	૧.૪૦૭૭
સ્રોત : પ્રાથમિક ક્ષેત્રકાર્ય દરમિયાન પ્રાપ્ત થયેલી માહિતી				

ઉપરના કોષ્ટકમાં વૃદ્ધ લાભાર્થીઓના કુટુંબના સભ્યોની જુદી જુદી કેટેગરીમાં ઉંમર દર્શાવવામાં આવી છે. અભ્યાસ દરમિયાન જોવા મળ્યું કે લાભાર્થીઓના કુટુંબમાં ૩.૬૯ ટકા સભ્યો ૬ વર્ષથી નાની ઉંમરના છે. ૯.૯૬ ટકા સભ્યો ૬.૧ થી ૧૪ વર્ષની વચ્ચેના છે. ૧૭.૭ ટકા સભ્યો ૧૪.૧ થી ૨૫ વર્ષની વચ્ચેના છે. ૨૯.૫૨ ટકા સભ્યો ૨૫.૧ થી ૫૦ વર્ષની વચ્ચેના છે. ૫.૩૫ ટકા સભ્યો થી ૬૦ વર્ષની વચ્ચેના છે. ૩૩.૭૬ ટકા સભ્યો ૬૦.૧ વર્ષ કરતા

વધારે ઉંમરના છે. લાભાર્થીઓના કુટુંબમાં સરેરાશ સભ્ય સંખ્યા ૪ છે.

- **કુટુંબમાં નિર્ણય લેવાની બાબતમાં વૃદ્ધ લાભાર્થીઓનું સ્થાન**

દરેક કુટુંબમાં અનેક પ્રકારના નિર્ણયો લેવાનું હોય છે. જેમ કે લગ્ન સંબંધી, શૈક્ષણિક, વ્યવસાય, સામાજિક, આર્થિક, ધાર્મિક બાબતો સાથે સંકળાયેલા નિર્ણયો લેવાના હોય છે. આ બધા નિર્ણયોમાં વૃદ્ધ લાભાર્થીઓ સામેલ છે કે નહિ? તે અંગેની જાણકારી મેળવવાથી કુટુંબમાં વાસ્તવમાં લાભાર્થીઓનું વર્તમાન સમયમાં કેવું સ્થાન છે તેનો ખ્યાલ મેળવી શકાય છે. પ્રસ્તુત અભ્યાસ હેઠળ કોઈ પણ પ્રકારના કૌટુંબિક નિર્ણયોમાં વૃદ્ધોનો મત લેવાય છે કે નહીં તે અંગેની માહિતી મેળવવામાં આવી છે, જે નીચે મુજબ છે.

કોષ્ટક નં.૧.૧૨		
કૌટુંબિક નિર્ણયોમાં લાભાર્થીઓનો મત લેવાય છે કે નહિ તેની માહિતી દર્શાવતું કોષ્ટક		
વિગત	વૃદ્ધ લાભાર્થીઓની સંખ્યા	ટકાવારી
હા	૧૦૧	૭૭.૭
ના	૧૬	૧૨.૩
લાગુ પડતું નથી	૧૩	૧૦.૦
કુલ	૧૩૦	૧૦૦.૦૦
સ્રોત : પ્રાથમિક ક્ષેત્રકાર્ય દરમિયાન પ્રાપ્ત થયેલી માહિતી		

ઉપરોક્ત કોષ્ટકના આધારે કહી શકાય છે ૭૭.૭ ટકા વૃદ્ધ લાભાર્થીઓનું કૌટુંબિક નિર્ણયોમાં મત લેવામાં આવે છે. ૧૨.૩ ટકા વૃદ્ધ લાભાર્થીઓનું કૌટુંબિક નિર્ણયોમાં મત લેવામાં આવતો નથી. ૧૦.૦ ટકા લાભાર્થીઓ એકલા રહે છે, એટલે કે કોઈપણ નિર્ણય તેઓ પોતે એકલા લે છે.

કોષ્ટક નં૧.૧૩		
કોઈપણ પ્રકારનો આર્થિક નિર્ણયો લેવામાં વૃદ્ધ લાભાર્થીઓનું સ્થાન દર્શાવતું કોષ્ટક		
નિર્ણય કોણ લે છે ?	વૃદ્ધ લાભાર્થીઓની સંખ્યા	ટકાવારી
પોતે	૫૭	૪૩.૮
ઘરના અન્ય વડીલો	૨૨	૧૬.૯
ઘરના સભ્યો	૫૧	૩૯.૨
કુલ	૧૩૦	૧૦૦.૦૦
સ્રોત : પ્રાથમિક ક્ષેત્રકાય દરમિયાન પ્રાપ્ત થયેલી માહિતી		

ઉપરોક્ત કોષ્ટકના આધારે કહી શકાય છે કે ૪૩.૮ ટકા વૃદ્ધ લાભાર્થીઓ આર્થિક નિર્ણયો પોતે લે છે. ૧૬.૯ ટકા વૃદ્ધ લાભાર્થીઓના મતે કૌટુંબિક નિર્ણયો ઘરના અન્ય વડીલો લે છે. અને ૩૯.૨ ટકા લાભાર્થીઓના મતે કૌટુંબિક નિર્ણયો ઘરના સભ્યો લે છે. અમુક વૃદ્ધ લાભાર્થીઓના જણાવ્યા અનુસાર ઘરમાં કોઈ પણ નિર્ણય લેવાઈ જાય અને તેમને ખબર પણ પડતી નથી.

૯.૨ વૃદ્ધ લાભાર્થીઓની અને તેમના કુટુંબની શિક્ષણ અંગેની માહિતી

- **વૃદ્ધ લાભાર્થીઓમાં શિક્ષણ**

કોઈપણ વ્યક્તિ પોતાની માતૃભાષામાં લખી શકે અને વાંચી શકે તેને સાક્ષર કહેવાય છે. શિક્ષણ વ્યક્તિત્વના વિકાસમાં, રોજગારી આપવામાં અને તેના દ્વારા નાણાં કમાવવામાં ઉભા થતા પ્રશ્નોના ઉકેલ માટેની યોગ્ય સમજશક્તિ અને અનુકૂલન સાધવામાં મદદરૂપ થાય છે. શિક્ષણ વ્યક્તિનો વિચારો, માન્યતાઓ, વલણો અને જીવનસૃષ્ટિ પર અસર કરે છે. વ્યક્તિ સમાનતા, સ્વતંત્રતા જેવા લોકશાહી મૂલ્યોથી માહિતીગાર થાય છે. શિક્ષિત વ્યક્તિ કોઈપણ સમસ્યાઓનો યોગ્ય રીતે ઉકેલ મેળવી શકે છે. અત્રે લાભાર્થીઓનો શિક્ષણ સંદર્ભે અભ્યાસ કરવા પ્રયત્ન કરવામાં આવ્યો છે.

કોષ્ટક નં.૧.૧૪		
વૃદ્ધ લાભાર્થીઓનું શિક્ષણ દર્શાવતું કોષ્ટક		
વિગત	વૃદ્ધ લાભાર્થીઓની સંખ્યા	ટકાવારી
અભણ	૮૫	૬૫.૪
પ્રાથમિક શિક્ષણ	૩૪	૨૬.૨
માધ્યમિક શિક્ષણ	૯	૬.૯

ઉચ્ચ માધ્યમિક શિક્ષણ	૨	૧.૫
કુલ	૧૩૦	૧૦૦.૦૦
સોત : પ્રાથમિક ક્ષેત્રકાર્ય દરમિયાન પ્રાપ્ત થયેલી માહિતી		

આલેખ નં.૧.૧
વૃદ્ધ લાભાર્થીઓનું શિક્ષણ દર્શાવતો આલેખ

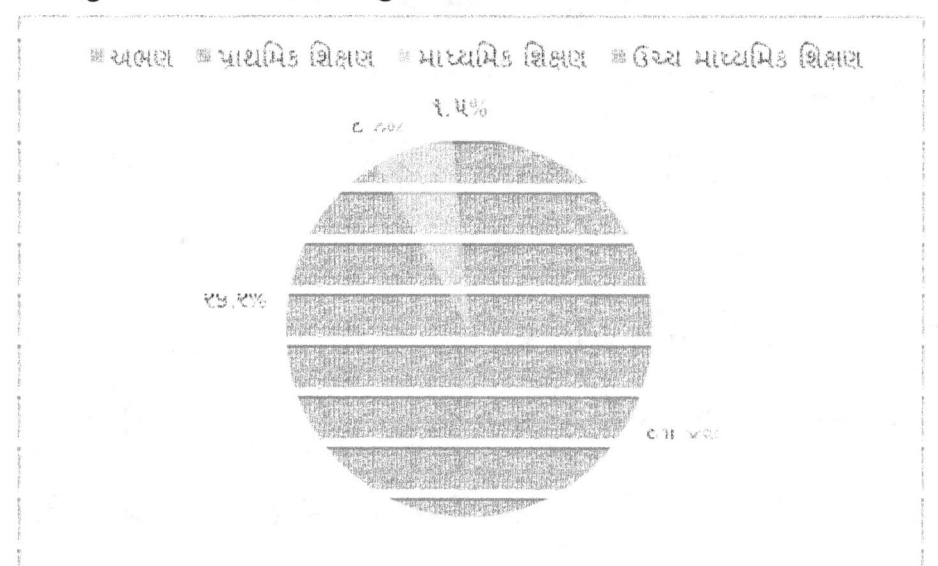

ઉપરોક્ત આલેખના આધારે જાણવા મળે છે કે ૬૫.૪ ટકા લાભાર્થીઓ અભણ છે. ૨૬.૨ ટકા લાભાર્થીઓ પ્રાથમિક શિક્ષણ પ્રાપ્ત કર્યું છે. ૬.૯ ટકા લાભાર્થીઓ માધ્યમિક શિક્ષણ અને ૧.૫ ટકા લાભાર્થીઓ ઉચ્ચ માધ્યમિક શિક્ષણ પ્રાપ્ત કર્યું છે. અભ્યાસના આધારે જોવા મળ્યું કે વૃદ્ધ લાભાર્થીઓમાં અભણની સંખ્યા સૌથી વધારે છે.

પ્રસ્તુત અભ્યાસ હેઠળ વિસ્તાર પ્રમાણે વૃદ્ધ લાભાર્થીઓમાં શિક્ષણની માહિતી મેળવવામાં આવી છે, જે નીચે મુજબ છે.

કોષ્ટક નં.૧.૧૫				
વિસ્તાર અને શિક્ષણ વચ્ચેનું સંબંધ દર્શાવતું કોષ્ટક				
વિસ્તાર	અભણ	પ્રાથમિક શિક્ષણ	માધ્યમિક શિક્ષણ	ઉચ્ચ માધ્યમિક શિક્ષણ	કુલ
શહેરી	૩૯	૨૧	૭	૧	૬૮
ટકા	૫૭.૪	૩૦.૯	૧૦.૩	૧.૫	૧૦૦.૦
ગ્રામીણ	૪૬	૧૩	૨	૧	૬૨
ટકા	૭૪.૨	૨૧.૦	૩.૨	૧.૬	૧૦૦.૦૦
કુલ	૮૫	૩૪	૯	૨	૧૩૦
ટકા	૬૫.૪	૨૬.૨	૬.૯	૧.૫	૧૦૦.૦૦
સ્રોત : પ્રાથમિક ક્ષેત્રકાર્ય દરમિયાન પ્રાપ્ત થયેલી માહિતી				

ઉપરોક્ત કોષ્ટકના આધારે જાણવા મળે છે કે શહેરી વિસ્તાર કરતા ગ્રામીણ વિસ્તારમાં અભણ વૃદ્ધોની ટકાવારી વધારે છે. શહેરી વિસ્તારમાં ૫૭.૪ ટકા લાભાર્થીઓ અભણ છે. ગ્રામીણ વિસ્તારમાં ૭૪.૨ ટકા લાભાર્થીઓ અભણ છે.

પ્રસ્તુત અભ્યાસ હેઠળ જ્ઞાતિ મુજબ વૃદ્ધ લાભાર્થીઓમાં શિક્ષણ અંગેની માહિતી મેળવવામાં આવી છે, જે નીચે મુજબ છે.

કોષ્ટક નં.૧.૧૬					
જ્ઞાતિ અને શિક્ષણ વચ્ચે સંબંધ દર્શાવતું કોષ્ટક					
જ્ઞાતિ	અભણ	પ્રાથમિક શિક્ષણ	માધ્યમિક શિક્ષણ	ઉચ્ચ માધ્યમિક શિક્ષણ	કુલ
અનુ સૂચિત જાતિ	૫૭	૧૭	૫	૨	૮૧
ટકા	૭૦.૪	૨૧.૦	૬.૨	૨.૫	૧૦૦.૦૦
અનુ સૂચિત જનજાતિ	૬	૦	૦	૦	૬
ટકા	૧૦૦.૦	૦	૦	૦	૧૦૦.૦
બક્ષીપંચ	૧૪	૧૫	૧	૦	૩૦
ટકા	૪૬.૭	૫૦.૦	૩.૩	૦	૧૦૦.૦૦
સામાન્ય	૮	૨	૩	૦	૧૩
ટકા	૬૧.૫	૧૫.૪	૨૩.૧	૦	૧૦૦.૦૦
કુલ	૮૫	૩૪	૯	૨	૧૩૦
ટકા	૬૫.૪	૨૬.૨	૬.૯	૧.૫	૧૦૦.૦૦
સ્રોત : પ્રાથમિક ક્ષેત્રકાર્ય દરમિયાન પ્રાપ્ત થયેલી માહિતી					

ઉપરોક્ત કોષ્ટકના આધારે કહી શકાય છે કે સામાન્ય જ્ઞાતિમાં શિક્ષિત કરતા અભણ લાભાર્થીઓની ટકાવારી વધારે છે. અનુસૂચિત જનજાતિમાં એકપણ વૃદ્ધ લાભાર્થીઓ શિક્ષિત નથી. તેઓના જણાવ્યા અનુસાર ભણવાની ઉંમરથી જ તેઓ મજૂરી કાર્ય કરતા હતા. બક્ષીપંચમાં ૪૬.૭ ટકા લાભાર્થીઓ અભણ છે. ૫૦.૦ ટકા લાભાર્થીઓ પ્રાથમિક શિક્ષણ સુધી ભણેલા છે. ૩.૩ ટકા લાભાર્થીઓ માધ્યમિક શિક્ષણ સુધી ભણેલા છે. અનુસૂચિત જાતિના માત્ર ૨.૫ ટકા લાભાર્થીઓ ઉચ્ચ માધ્યમિક શિક્ષણ સુધી ભણેલા છે.

- **વૃદ્ધ લાભાર્થીઓના કુટુંબની શિક્ષણની માહિતી**

પ્રસ્તુત અભ્યાસ હેઠળ વૃદ્ધ લાભાર્થીઓના કુટુંબની શિક્ષણની માહિતી મેળવવામાં આવી છે, જે નીચે પ્રમાણે છે.

કોષ્ટક નં.૧.૧૭				
લાભાર્થીઓના કુટુંબની શિક્ષણની માહિતી દર્શાવતું કોષ્ટક				
વિગત	ન્યૂનતમ સંખ્યા	મહત્તમ સંખ્યા	કુલ	સરેરાશ સંખ્યા
કુટુંબમાં નિરક્ષર સભ્યોની સંખ્યા	.૦૦	૩.૦૦	૧૨૬.૦૦	.૯૬૯૨
કુટુંબમાં પ્રાથમિક શિક્ષણ મેળવેલા સભ્યોની સંખ્યા	.૦૦	૪.૦૦	૧૮૬.૦૦	૧.૪૩૦૮

કુટુંબમાં માધ્યમિક શિક્ષણ મેળવેલા સભ્યોની સંખ્યા	.૦૦	૪.૦૦	૧૫૬.૦૦	૧.૨૦૦૦
કુટુંબમાં ઉચ્ચ માધ્યમિક શિક્ષણ મેળવેલા સભ્યોની સંખ્યા	.૦૦	૧.૦૦	૫૮.૦૦	૦.૪૪૬૨
કુટુંબમાં સ્નાતક શિક્ષણ મેળવેલા સભ્યોની સંખ્યા	.૦૦	૨.૦૦	૧૪.૦૦	.૧૦૭૭
કુટુંબમાં અનુસ્નાતક શિક્ષણ મેળવેલા સભ્યોની સંખ્યા	.૦૦	૧.૦૦	૨.૦૦	.૦૧૫૪
સ્રોત : પ્રાથમિક ક્ષેત્રકાર્ય દરમ્યાન પ્રાપ્ત માહિતી અનુસાર				

ઉપરોક્ત કોષ્ટકના આધારે કહી શકાય છે કે કેટલાક વૃદ્ધ લાભાર્થીના કુટુંબમાં મહત્તમ 3 સભ્યો નિરક્ષર છે. કેટલાક વૃદ્ધના કુટુંબમાં મહત્તમ ૪ સભ્યોએ પ્રાથમિક શિક્ષણ મેળવેલા છે. કેટલાક વૃદ્ધના કુટુંબમાં મહત્તમ ૪ સભ્યોએ માધ્યમિક શિક્ષણ મેળવેલા છે. કેટલાક વૃદ્ધના કુટુંબમાં મહત્તમ ૪ સભ્યોએ ઉચ્ચ માધ્યમિક શિક્ષણ

31

મેળવેલા છે. કેટલાક વૃદ્ધના કુટુંબમાં મહત્તમ ૨ સભ્યોએ સ્નાતક સુધી ભણેલા છે. કેટલાક વૃદ્ધોના કુટુંબમાં મહત્તમ ૧ સભ્ય અનુસ્નાતક/તકનીકી શિક્ષણ મેળવેલા છે. અભ્યાસ હેઠળ વૃદ્ધ લાભાર્થીઓના કુટુંબમાં શિક્ષણનું ઓછું પ્રમાણ જોવા મળ્યું છે.

૯.3 વૃદ્ધ લાભાર્થીઓ અને તેમના કુટુંબની રોજગારી અંગેની માહિતી

દરેક વ્યક્તિને જીવન પસાર કરવા માટે વત્તે ઓછે અંશે આર્થિક પ્રવૃત્તિ કરવી પડે છે. આર્થિક પ્રવૃત્તિ દ્વારા આવક મેળવે છે. યુવાવસ્થામાં વ્યક્તિ શારીરિક અને માનસિક રીતે વધારે શક્તિમાન હોય છે. તેથી વ્યક્તિ સારી રીતે અર્થોપાર્જન કરી શકે છે. પરંતુ વૃદ્ધાવસ્થામાં વ્યક્તિ કામ કરવા માટે શારીરિક અને માનસિક રીતે ઓછી શક્તિમાન હોઈ શકે. જેથી વ્યક્તિનું અર્થોપાર્જન બંધ કે ઓછું થવાથી શક્યતા છે.

પ્રસ્તુત અભ્યાસ હેઠળ વૃદ્ધ લાભાર્થીઓ આર્થિક પ્રવૃત્તિ સાથે સંકળાયેલા છે કે નહિ તેની માહિતી મેળવવામાં આવી છે. જેની વિસ્તૃત માહિતી નીચે મુજબના કોષ્ટકમાં દર્શાવવામાં આવી છે.

કોષ્ટક નં.૧.૧૮		
વૃદ્ધ લાભાર્થીઓ આર્થિક પ્રવૃત્તિ કરે છે કે નહીં તેની માહિતી દર્શાવતું કોષ્ટક		
આર્થિક પ્રવૃત્તિ કરો છો ?	વૃદ્ધ લાભાર્થીઓની સંખ્યા	ટકાવારી
હા	૩૯	30.0
ના	૯૧	૭૦.૦
કુલ	૧૩૦	૧૦૦.૦૦
સ્રોત : પ્રાથમિક ક્ષેત્રકાર્ય દરમિયાન પ્રાપ્ત થયેલી માહિતી		

ઉપરોક્ત કોષ્ટકના આધારે કહી શકાય છે કે 30 ટકા લાભાર્થીઓ આર્થિક પ્રવૃત્તિઓ સાથે સંકળાયેલા છે. અને ૭૦.૦ ટકા લાભાર્થીઓ કોઈપણ પ્રકારની આર્થિક પ્રવૃત્તિઓ સાથે સંકળાયેલા નથી. મોટાભાગના લાભાર્થીઓ બીજા ઉપર આધાર રાખે છે.

• **વૃદ્ધ લાભાર્થીઓની આર્થિક પ્રવૃત્તિની માહિતી**

વૃદ્ધ લાભાર્થીઓ પોતાનું જીવનધોરણ ચલાવવા માટે કોઈપણ પ્રકારની આર્થિક પ્રવૃત્તિ કરવા તૈયાર હોય છે. પ્રસ્તુત અભ્યાસ હેઠળ વૃદ્ધ લાભાર્થીઓ કેવા પ્રકારની આર્થિક પ્રવૃત્તિઓ સાથે સંકળાયેલા છે તે તપાસવામાં આવ્યું છે. જેની વિસ્તૃત માહિતી નીચેના કોષ્ટકમાં છે.

કોષ્ટક નં.૧.૧૯		
વૃદ્ધ લાભાર્થીઓની આર્થિક પ્રવૃત્તિ દર્શાવતું કોષ્ટક		
વિગત	વૃદ્ધ લાભાર્થીઓની સંખ્યા	ટકાવારી
સ્વરોજગાર	૩	૨.૩
ખેત મજૂરી	૬	૪.૬
અન્ય મજૂરી	૨૩	૧૭.૭
નોકરી	૩	૨.૩
ધંધો	૪	૩.૧
લાગુ પડતું નથી	૯૧	૭૦.૦
કુલ	૧૩૦	૧૦૦.૦૦
સોત : પ્રાથમિક ક્ષેત્રકાર્ય દરમિયાન પ્રાપ્ત થયેલી માહિતી		

આલેખ નં.૧.૨

વૃદ્ધ લાભાર્થીઓની આર્થિક પ્રવૃત્તિ દર્શાવતો આલેખ

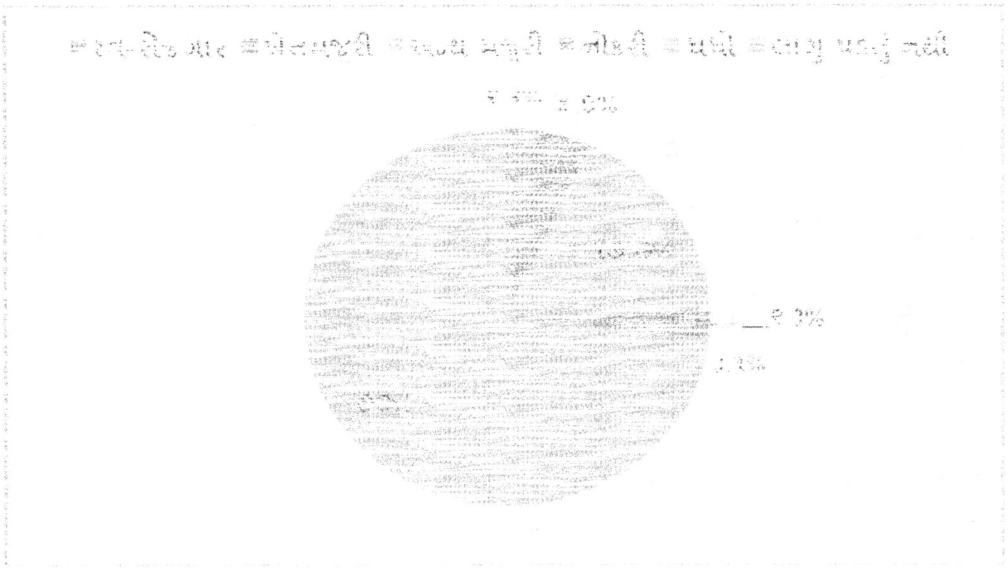

ઉપરોક્ત કોષ્ટક અને આલેખના આધારે કહી શકાય છે કે ૨.૩ ટકા લાભાર્થીઓ સ્વરોજગારીથી આવક મેળવે છે. ૪.૬ ટકા લાભાર્થીઓ ખેતમજૂરી કરે છે. મોટાભાગના લાભાર્થીઓ એટલે કે ૧૭.૭ ટકા લાભાર્થીઓ અન્ય મજૂરી કરે છે. ૨.૩ ટકા લાભાર્થીઓ, નોકરી કરે છે. ૩.૧ ટકા લાભાર્થીઓ ધંધો કરે છે. વૃદ્ધાવસ્થામાં આર્થિક પ્રવૃત્તિ સાથે સંકળાયેલા વૃદ્ધોમાંથી ૨૭.૭ ટકા લાભાર્થીઓને પોતાના કામથી સંતોષ મળે છે. અને ૨.૩ ટકા લાભાર્થીઓને પોતાના કામથી સંતોષ નથી. વૃદ્ધોના જણાવ્યા મુજબ આર્થિક પ્રવૃત્તિ કરવાથી ગમે તેટલી આવક મળતી હોય પરંતુ તેમને બીજા ઉપર આધાર રાખવો પડતો નથી. જે વૃદ્ધ લાભાર્થીઓને કામથી સંતોષ નથી. તેઓના જણાવ્યા અનુસાર તેમની પાસેથી વધારે મજૂરી કરાવીને તેમને ઓછું વેતન આપે છે.

પ્રસ્તુત અભ્યાસ હેઠળ વૃદ્ધ લાભાર્થીઓની હાલની વાર્ષિક આવક કેટલી છે તે તપાસવામાં આવ્યું છે. જેની વિસ્તૃત માહિતી નીચેના કોષ્ટકમાં છે.

કોષ્ટક નં.૧.૨૦		
વૃદ્ધ લાભાર્થીઓની હાલની વાર્ષિક આવક દર્શાવતું કોષ્ટક		
વાર્ષિક આવક	વૃદ્ધ લાભાર્થીઓની સંખ્યા	ટકાવારી

૦ આવક	૯૧	૭૦.૦
રૂ. ૧ થી ૨૫૦૦૦	૧૧	૮.૫
રૂ.૨૫૦૦૧ થી ૫૦,૦૦૦	૨૫	૧૯.૨
રૂ.૫૦,૦૦૧ થી વધુ	૩	૨.૩
કુલ	૧૩૦	૧૦૦.૦૦

સ્રોત : પ્રાથમિક ક્ષેત્રકાર્ય દરમિયાન પ્રાપ્ત થયેલી માહિતી

ઉપરોક્ત કોષ્ટકના આધારે કહી શકાય કે ૭૦.૦ ટકા લાભાર્થીઓની હાલની વાર્ષિક આવક શૂન્ય છે. એટલે કે તેઓ કોઈપણ પ્રકારની આર્થિક પ્રવૃત્તિ સાથે સંકળાયેલા નથી. ૮.૫ ટકા લાભાર્થીઓની વાર્ષિક આવક રૂ.૧ થી રૂ.૨૫,૦૦૦ ની વચ્ચે છે. ૧૯.૨ ટકા લાભાર્થીઓની વાર્ષિક આવક રૂ.૨૫,૦૦૧ થી રૂ.૫૦,૦૦૦ની વચ્ચે છે. અને ૨.૩ ટકા લાભાર્થીઓની આવક રૂ.૫૦,૦૦૧ થી વધારે છે. અભ્યાસના આધારે કહી શકાય છે કે શૂન્ય આવક ધરાવનાર લાભાર્થીઓની સંખ્યા સૌથી વધારે છે. એટલે કે તેમને મોટાભાગે બીજા ઉપર આધાર રાખવો પડે છે.

- **લાભાર્થીઓનું શિક્ષણ અને હાલની વાર્ષિક આવકની માહિતી**

પ્રસ્તુત અભ્યાસ હેઠળ વૃદ્ધ લાભાર્થીઓના શિક્ષણ અને તેમના વાર્ષિક આવક વચ્ચેનો સંબંધ તપાસવામાં આવ્યો છે. જેની માહિતી નીચે મુજબ છે.

કોષ્ટક નં.૧.૨૧			
વૃદ્ધ લાભાર્થીઓનો શિક્ષણ અને હાલની વાર્ષિક આવક દર્શાવતું કોષ્ટક			
	લાભાર્થીઓનું શિક્ષણ		
વૃદ્ધ લાભાર્થીઓની હાલની વાર્ષિક આવક	અશિક્ષિત	શિક્ષિત	કુલ
૦	૬૩	૨૮	૯૧
(ટકા)	૭૪.૧	૬૨.૨	૭૦.૦
૧ થી ૨૫,૦૦૦	૭	૪	૧૧
(ટકા)	૮.૨	૮.૯	૮.૫
૨૫,૦૦૧ થી ૫૦,૦૦૦	૧૪	૧૧	૨૫
(ટકા)	૧૬.૫	૨૪.૪	૧૯.૨
૫૦,૦૦૧ થી વધુ	૧	૨	૩
(ટકા)	૧.૨	૪.૪	૨.૩
કુલ	૮૫	૪૫	૧૩૦
ટકા	૧૦૦.૦	૧૦૦.૦	૧૦૦.૦
સ્રોત : પ્રાથમિક ક્ષેત્રકાર્ય દરમ્યાન પ્રાપ્ત કરેલી માહિતીના આધારે			

ઉપરોક્ત કોષ્ટકના આધારે ૭૪.૧ ટકા અશિક્ષિત લાભાર્થીઓની હાલની વાર્ષિક આવક ૦ છે. ૮.૨ ટકા અશિક્ષિત લાભાર્થીઓની વાર્ષિક આવક રૂ. ૧ થી ૨૫,૦૦૦ છે. ૧૬.૫ ટકા અશિક્ષિત લાભાર્થીઓની વાર્ષિક આવક રૂ.૨૫,૦૦૧ થી ૫૦,૦૦૦ અને ૧.૨ ટકા અશિક્ષિત લાભાર્થીઓની વાર્ષિક રૂ.૫૦,૦૦૦ થી વધારે છે. બીજી તરફ ૬૨.૨ ટકા શિક્ષિત લાભાર્થીઓની હાલની વાર્ષિક આવક ૦ છે. ૮.૯ ટકા શિક્ષિત લાભાર્થીઓની વાર્ષિક આવક રૂ.૧ થી ૨૫,૦૦૦ છે. ૨૪.૪ ટકા શિક્ષિત લાભાર્થીઓની આવક રૂ.૨૫,૦૦૧ થી ૫૦,૦૦૦ અને ૪.૪ ટકા શિક્ષિત લાભાર્થીઓની હાલની વાર્ષિક આવક રૂ.૫૦,૦૦૧ થી વધારે છે. અભ્યાસના આધારે કહી શકાય છે કે અશિક્ષિત લાભાર્થીઓ કરતા શિક્ષિત લાભાર્થીઓની હાલની વાર્ષિક આવક વધારે છે.

પ્રસ્તુત અભ્યાસમાં લાભાર્થીઓનું શિક્ષણ અને લાભાર્થીઓની હાલની વાર્ષિક આવકના સંબંધો વચ્ચે આંકડાશાસ્ત્રીય સાર્થક સંબંધ છે કે નહિ તે તપાસવા માટે x^2 પરીક્ષણ કરવામાં આવ્યું છે અને નીચે મુજબની પરિકલ્પના ચકાસવામાં આવી છે.

Ho : લાભાર્થીઓનું શિક્ષણ અને હાલની વાર્ષિક આવક વચ્ચે સંબંધ નથી.

H_1 : લાભાર્થીઓનું શિક્ષણ અને હાલની વાર્ષિક આવક વચ્ચે સાર્થક સંબંધ છે.

x^2 પરીક્ષણ દ્વારા લાભાર્થીઓનું શિક્ષણ અને લાભાર્થીઓની હાલની વાર્ષિક આવક વચ્ચેના સંબંધ તપાસતા નીચે મુજબનું પરિણામ પ્રાપ્ત થયું છે.

Chi Square Tests

	Value	Df	Asymp.sig. (૨ Sided)
Pearson chi-square	૨.૯૪૪[a]	3	.૪૦૦
Likehood Ratio	૨.૮૩૪	3	.૪૧૮
Linear by Linear Association	૨.૬૩૮	૧	.૧૦૪
N of valid cases	૧૩૦		

a. 3 Cell (૩૭.૫%) have expected count less than ૫. The Minimum expected count is 1.04

પ્રસ્તુત x^2 પરીક્ષણનું મૂલ્ય ૨.૯૪૪ જેટલું જોવા મળે છે. તેની સાર્થકતાનું મૂલ્ય ૦.૪૦૦ જેટલું છે. જે ૦.૦૧ અને ૦.૦૫ કરતા વધુ છે. જે દર્શાવે છે કે નિરાકરણીય પરિકલ્પના (Ho) નો સ્વીકાર થાય છે. અર્થાત્

લાભાર્થીઓનું શિક્ષણ અને લાભાર્થીઓની હાલની વાર્ષિક આવક વચ્ચે સંબંધ હોય તેવું જોવા મળ્યું નથી.

અત્રે ઉલ્લેખનીય છે કે ૩ સેલમાં (૩૭.૫ ટકા) અપેક્ષિત આવૃત્તિ ૫ કરતા ઓછી છે.

- **પેન્શન પેહલા વૃદ્ધોની વાર્ષિક આવકની માહિતી**

પ્રસ્તુત અભ્યાસ હેઠળ વૃદ્ધ લાભાર્થીઓની પેન્શન પેહલા વાર્ષિક આવક કેટલી હતી તે તપાસવામાં આવ્યું છે. જેની વિસ્તૃત માહિતી નીચે મુજબ છે.

કોષ્ટક નં.૧.૨૨

પેન્શન પહેલા વૃદ્ધોની વાર્ષિક આવક દર્શાવતું કોષ્ટક

વાર્ષિક આવક	વૃદ્ધ લાભાર્થીઓની સંખ્યા	ટકાવારી
૦ આવક	૬૨	૪૭.૭
રૂ.૧ થી ૨૫,૦૦૦	૬	૪.૬
રૂ.૨૫,૦૦૧ થી ૫૦,૦૦૦	૫૦	૩૮.૫
રૂ.૫૦,૦૦૧ થી વધુ	૧૨	૯.૨
કુલ	**૧૩૦**	**૧૦૦.૦૦**

સ્રોત : પ્રાથમિક ક્ષેત્રકાર્ય દરમિયાન પ્રાપ્ત થયેલી માહિતી

ઉપરોક્ત કોષ્ટકના આધારે કહી શકાય છે કે ૪૭.૭ ટકા લાભાર્થીઓની પેન્શન પહેલાની આવક શૂન્ય હતી. ૪.૬ ટકા લાભાર્થીઓની વાર્ષિક આવક રૂ.૧ થી

રૂ.૨૫૦૦૦ની વચ્ચે હતી. ૯.૨ ટકા લાભાર્થીઓની વાર્ષિક આવક રૂ.૫૦,૦૦૧ થી વધુ હતી. ૩૮.૫ ટકા લાભાર્થીઓની વાર્ષિક આવક રૂ.૨૫,૦૦૧ થી ૫૦,૦૦૦ ની વચ્ચેની હતી. વૃદ્ધ લાભાર્થીઓને પેન્શનના લાભ પહેલા અને પેન્શન લાભ પછી આવકમાં કેવો તફાવત થયો છે તે તપાસતાં નીચે મુજબનું પરિણામ પ્રાપ્ત થયું છે.

કોષ્ટક નં.૧.૩ વૃદ્ધ લાભાર્થીઓની પેન્શન પહેલાની અને પેન્શન પછીની વાર્ષિક આવક દર્શાવતું કોષ્ટક		
વાર્ષિક આવક	વૃદ્ધ લાભાર્થીઓની ટકાવારી	
	પેન્શન પહેલા	પેન્શન પછી
૦ આવક	૪૭.૭	૭૦.૦
રૂ.૧ થી ૨૫,૦૦૦	૪.૬	૮.૫
રૂ.૨૫,૦૦૧ થી ૫૦,૦૦૦	૩૮.૫	૧૯.૨
રૂ.૫૦,૦૦૧ થી વધુ	૯.૨	૨.૩
કુલ	૧૦૦.૦૦	૧૦૦.૦૦
સ્રોત : પ્રાથમિક ક્ષેત્રકાર્ય દરમિયાન પ્રાપ્ત થયેલી માહિતી		

આલેખ- ૫.૩

વૃદ્ધ લાભાર્થીઓની પેન્શન પહેલાની અને પેન્શન પછીની વાર્ષિક આવક દર્શાવતો આલેખ

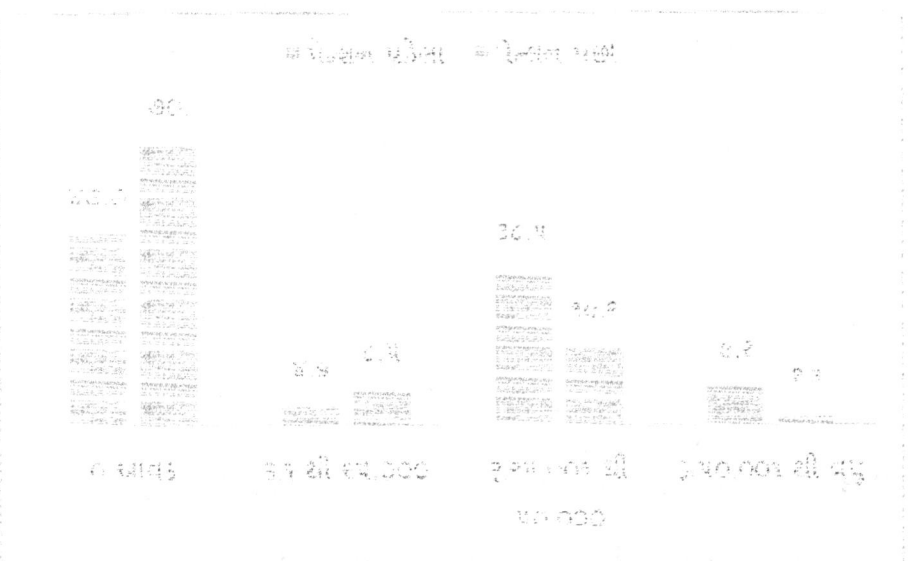

ઉપરોક્ત કોષ્ટક અને આલેખના આધારે કહી શકાય છે કે પેન્શન પછીના સમયગાળા દરમ્યાન મોટાભાગના વૃદ્ધો કોઈ પણ પ્રકારની આર્થિક પ્રવૃત્તિ સાથે સંકળાયેલા નથી, જેથી તેમની હાલની વાર્ષિક આવક શૂન્ય છે. પેન્શન મળવાની શરૂઆત થઈ તે પહેલા મોટાભાગના વૃદ્ધ લાભાર્થીઓની વાર્ષિક આવક હાલની આવક કરતા વધારે હતી. વૃદ્ધાવસ્થામાં વૃદ્ધોની શારીરિક શક્તિ ઓછી થઈ જાય છે. જેની અસર આવક ઉપર પડે છે. અને આવકમાં ઘટાડો થાય છે. પેન્શન પેહલા ૩૮.૫ ટકા લાભાર્થીઓની વાર્ષિક આવક રૂ.૨૫,૦૦૧ થી ૫૦,૦૦૦ની વચ્ચે હતી. બીજી તરફ પેન્શન પછી ૧૯.૨ ટકા લાભાર્થીઓની વાર્ષિક આવક રૂ.૨૫,૦૦૧ થી ૫૦,૦૦૦ની વચ્ચે થઈ ગઈ છે.

- **પેન્શન પછી અને પેન્શન પહેલા લાભાર્થીઓની વાર્ષિક આવકમાં તફાવત**

પ્રસ્તુત અભ્યાસમાં સામાજિક સલામતીની યોજના હેઠળ વૃદ્ધ પેન્શન પછી અને વૃદ્ધ પેન્શન પહેલા લાભાર્થીઓની વાર્ષિક આવકમાં કોઈ ફેરફાર થયા છે કે નહીં તેનો અભ્યાસ કરવામાં આવ્યો છે. અત્રે વૃદ્ધ પેન્શન પછી અને વૃદ્ધ પેન્શન પહેલા વાર્ષિક આવકમાં આંકડાશાસ્ત્રીય સાર્થક તફાવત જોવા મળ્યો છે કે નહિ તે માટે નીચે મુજબની પરિકલ્પના ચકાસવામાં આવી છે.

Ho : વૃદ્ધ પેન્શનના લાભ પછી અને વૃદ્ધ પેન્શનના લાભ પહેલા લાભાર્થીઓની વાર્ષિક આવકમાં કોઈ તફાવત નથી.

H₁ : વૃદ્ધ પેન્શનના લાભ પછી અને વૃદ્ધ પેન્શનના લાભ પહેલા લાભાર્થીઓની વાર્ષિક આવકમાં સાર્થક તફાવત છે.

અત્રે વૃદ્ધ પેન્શન પછી અને વૃદ્ધ પેન્શન પહેલા લાભાર્થીઓની વાર્ષિક આવકમાં તફાવત છે કે નહિ તે જાણવા માટે Paired sample t-test નો ઉપયોગ કરતા નીચે મુજબનું પરિણામ પ્રાપ્ત થયું છે.

Paired sample Statistics

વિગત	Mean	N	Std. Deviation	Std.Error Mean
પેન્શન પછીની વાર્ષિક આવક	૧૦૮૪૬.૧૫	૧૩૦	૧૭૫૬૧.૧૭૧૭	૧૫૪૦.૨૧૭

પેન્શન પહેલાની વાર્ષિક આવક	૨૨૮૦૭.૬૯	૧30	૨333૫.૮૦૧૪	૨૦૪૬.૬૮૫

Paired Samples Correlations

વિગત	N	Correlation	Sign.
પેન્શન પછીની અને પેન્શન પહેલાની વાર્ષિક આવક	૧30	.૪૯૦	.003

Paired Sample Test

| | Paired Difference | | | | | | | |
| | Mean | Std.Deviation | Std. Error Mean | ૯૫% Confidence Interal of the Difference | | t | Df | Sig (૨-tails) |
				Lower	Upper			
પેન્શન પછીની અને પેન્શન પહેલાની વાર્ષિક આવક	-૧૧૯૬૧.૫	૨૧૨૪૦.૦૧૦૪	૧૮૬૨.૮૭૨	-૧૫૬૪૭.3	-૮૨૭૫.૮૦	-૬.૪૨૧	૧૨૭	.૦૦૦

પ્રસ્તુત કોષ્ટક પ્રમાણે t પરીક્ષણનું મૂલ્ય -૬.૪૨૧ જેટલું જોવા મળ્યું છે. અને સાર્થકતાનું મૂલ્ય ૦.૦૦૦ જેટલું જોવા મળ્યું છે. જે ૦.૦૧ કરતાં ઓછું છે. જ્યાં ૯૯ ટકાની કક્ષાએ નિરાકરણીય પરિકલ્પનાનો (Ho) અસ્વીકાર થાય છે. અર્થાત્ વૃદ્ધ પેન્શન પછી અને વૃદ્ધ પેન્શન પહેલા લાભાર્થીઓની વાર્ષિક આવકમાં આંકડાશાસ્ત્રીય સાર્થક તફાવત છે.

પેન્શન પહેલા લાભાર્થીઓની સરેરાશ વાર્ષિક આવક રૂ.૨૨,૮૦૭.૬૯ હતી. પેન્શન પછી લાભાર્થીઓની સરેરાશ વાર્ષિક આવક રૂ.૧૦,૮૪૬.૧૫ છે. એટલે કે લાભાર્થીઓની વાર્ષિક આવકમા સરેરાશ રૂ. -૧૧,૯૧૬.૫નો તફાવત જોવા મળ્યો છે. વૃદ્ધ પેન્શન પહેલાં વૃદ્ધ લાભાર્થીઓમાં કામ કરવાની શારીરિક ક્ષમતા વધારે હતી. જ્યારે પેન્શન પછી વૃદ્ધ લાભાર્થીની શારીરિક ક્ષમતા ઘટી ગઈ છે. જેની કાર્ય કરવાની શક્તિ ઉપર વિપરીત અસર જોવા મળે છે. અને વૃદ્ધ લાભાર્થીઓની હાલની વાર્ષિક આવકમાં ઘટાડો દર્શાવે છે.

સહસંબંધના મૂલ્યનો અભ્યાસ કરતાં ૦.૪૯૦ જેટલું મૂલ્ય જોવા મળે છે. જે ધન સહસંબંધ દર્શાવે છે. જે ૯૯ ટકાની સાર્થકતાની કક્ષાએ સાર્થક છે.

- **વૃદ્ધ લાભાર્થીઓના કુટુંબના સભ્યોની આર્થિક પ્રવૃત્તિ**

વૃદ્ધાવસ્થામાં વ્યક્તિની કામ કરવાની શક્તિ ઘટી જાય છે. તેથી કેટલાંક વૃદ્ધો આર્થિક પ્રવૃત્તિ કરી શકતા નથી. અને તેમને કુટુંબના અન્ય સભ્યો પર આધાર રાખવો પડે છે. પ્રસ્તુત અભ્યાસ હેઠળ વૃદ્ધ લાભાર્થીઓના કુટુંબના સભ્યો આર્થિક પ્રવૃત્તિ સાથે સંકળાયેલા છે કે નહીં તે તપાસવામાં આવ્યું છે. જેની વિસ્તૃત માહિતી નીચે મુજબ છે.

કોષ્ટક નં.૧.૨૪

વૃદ્ધોના કુટુંબના સભ્યો આર્થિક પ્રવૃત્તિ સાથે સંકળાયેલા છે કે નહિ તેની માહિતી દર્શાવતું કોષ્ટક

વિગત	વૃદ્ધ લાભાર્થીઓની સંખ્યા	ટકાવારી
હા	૧૦૪	૮૦.૦
ના	૧૩	૧૦.૦
એકલા રહે છે.	૧૩	૧૦.૦
કુલ	૧૩૦	૧૦૦.૦૦

સ્રોતઃ પ્રાથમિક ક્ષેત્રકાર્ય દરમિયાન પ્રાપ્ત થયેલી માહિતી

ઉપરોક્ત કોષ્ટકના આધારે કહી શકાય છે કે ૮૦.૦ ટકા લાભાર્થીઓના કુટુંબના સભ્યો આર્થિક પ્રવૃત્તિ સાથે સંકળાયેલા છે. ૧૦.૦ ટકા લાભાર્થીઓના કુટુંબના સભ્યો કોઈ વ્યવસાય સાથે સંકળાયેલા નથી અને ૧૦.૦ ટકા લાભાર્થીઓ એવા છે કે જેઓ ઘરમાં એકલા જ રહે છે.

પ્રસ્તુત અભ્યાસ હેઠળ વૃદ્ધ લાભાર્થીઓના કુટુંબના સભ્યો કયા વ્યવસાય સાથે જોડાયેલા છે તે તપાસવામાં આવ્યું છે, જેની વિગત નીચે મુજબના કોષ્ટકમાં દર્શાવવામાં આવી છે.

કોષ્ટક નં. ૧.૨૫

લાભાર્થીઓના કુટુંબના સભ્યોની આર્થિક પ્રવૃત્તિ દર્શાવતું કોષ્ટક

વિગત	વૃદ્ધ લાભાર્થીઓની	ટકાવારી

	સંખ્યા	
સ્વરોજગાર	૬	૪.૬
અન્ય મજૂરી	૩૬	૨૭.૭
નોકરી	૪૩	૩૩.૧
ધંધો	૯	૬.૯
સ્વરોજગાર, નોકરી	૨	૧.૫
અન્ય મજૂરી, નોકરી	૧	.૮
અન્ય મજૂરી, ધંધો	૧	.૮
નોકરી, ધંધો	૬	૪.૬
લાગુ પડતું નથી	૨૬	૨૦.૦
કુલ	૧૩૦	૧૦૦.૦૦

સ્રોત : પ્રાથમિક ક્ષેત્રકાર્ય દરમિયાન પ્રાપ્ત થયેલી માહિતી

ઉપરોક્ત કોષ્ટકના આધારે કહી શકાય છે કે 33.૧ ટકા લાભાર્થીઓના કુટુંબના સભ્યો નોકરી કરે છે. ૨૭.૭ ટકા લાભાર્થીઓના કુટુંબના સભ્યો મજૂરી સાથે સંકળાયેલા છે. ૪.૬ ટકા લાભાર્થીઓના કુટુંબના સભ્યો સ્વરોજગારી સાથે સંકળાયેલા છે. ૬.૯ ટકા લાભાર્થીઓના કુટુંબના સભ્યો ધંધો કરે છે. ૧.૫ ટકા લાભાર્થીઓના કુટુંબના સભ્યો સ્વરોજગાર, નોકરી સાથે સંકળાયેલા છે. ૦.૮ ટકા લાભાર્થીઓના કુટુંબના સભ્યો અન્ય મજૂરી, નોકરી સાથે સંકળાયેલા છે. ૦.૮ ટકા લાભાર્થીઓના કુટુંબના સભ્યો અન્ય મજૂરી, ધંધો સાથે સંકળાયેલા છે. ૪.૬ ટકા

48

લાભાર્થીઓના કુટુંબના સભ્યો નોકરી, ધંધો સાથે સંકળાયેલા છે.

પ્રસ્તુત અભ્યાસ હેઠળ વૃદ્ધ લાભાર્થીઓના કુટુંબની હાલની વાર્ષિક આવક કેટલી છે તે તપાસવામાં આવ્યું છે, જેની વિસ્તૃત માહિતી નીચે મુજબ છે.

કોષ્ટક નં.૧.૨૬

લાભાર્થીઓના કુટુંબની હાલની વાર્ષિક આવક દર્શાવતું કોષ્ટક

વાર્ષિક આવક	વૃદ્ધ લાભાર્થીઓની સંખ્યા	ટકાવારી
૦ આવક	૨	૧.૫
રૂ.૧ થી ૨૫,૦૦૦	૧૦	૭.૭
રૂ.૨૫,૦૦૧ થી ૫૦,૦૦૦	૫૧	૩૯.૨
રૂ.૫૦,૦૦૧ થી ૧,૦૦,૦૦૦	૬૪	૪૯.૨
રૂ.૧,૦૦,૦૦૧ થી વધુ	૩	૨.૩
કુલ	૧૩૦	૧૦૦.૦૦

સ્રોત : પ્રાથમિક ક્ષેત્રકાર્ય દરમિયાન પ્રાપ્ત થયેલી માહિતી

ઉપરોક્ત કોષ્ટકના આધારે કહી શકાય છે કે ૭.૭ ટકા લાભાર્થીઓના કુટુંબની વાર્ષિક આવક રૂ.૧ થી ૨૫,૦૦૦ની વચ્ચે છે. ૩૯.૨ ટકા લાભાર્થીઓના કુટુંબની વાર્ષિક આવક રૂ.૨૫,૦૦૦૧ થી રૂ.૫૦,૦૦૦ ની વચ્ચે છે. ૪૯.૨ ટકા

લાભાર્થીઓના કુટુંબની વાર્ષિક આવક રૂ.૫૦,૦૦૧ થી રૂ.૧,૦૦,૦૦૦ની વચ્ચે છે. ૨.૩ ટકા લાભાર્થીઓના કુટુંબની વાર્ષિક આવક રૂ.૧,૦૦,૦૦૧ થી વધુ છે. જ્યારે ૧.૫ ટકા લાભાર્થીઓ એવા છે કે જેમના કુટુંબની વાર્ષિક આવક શૂન્ય છે. એટલે કે ૧.૫ ટકા લાભાર્થીઓ એવા છે કે જેઓ કોઈપણ પ્રકારની આર્થિક પ્રવૃત્તિ સાથે સંકળાયેલા નથી. તેઓ કુટુંબમાં એકલા રહે છે અને સરકાર દ્વારા જે પેન્શન મળે છે તેના પર આધાર રાખે છે.

પ્રસ્તુત અભ્યાસ હેઠળ વૃદ્ધ લાભાર્થીઓના કુટુંબની પેન્શન પેહલાની વાર્ષિક આવક કેટલી હતી તે તપાસવામાં આવ્યું છે. જેની વિસ્તૃત માહિતી નીચે મુજબ છે.

કોષ્ટક નં.૧.૨૭

વૃદ્ધ લાભાર્થીઓના કુટુંબની પેન્શન પહેલાની વાર્ષિક આવક

વાર્ષિક આવક	વૃદ્ધ લાભાર્થીઓની સંખ્યા	ટકાવારી
૦ આવક	૦	૦
રૂ.૧ થી ૨૫,૦૦૦	૦	૦
રૂ.૨૫,૦૦૧ થી ૫૦,૦૦૦	૩૫	૨૬.૯
રૂ.૫૦,૦૦૧ થી ૧,૦૦,૦૦૦	૯૨	૭૦.૮

રૂ.૧,૦૦,૦૦૧ થી વધુ	3	૨.3
કુલ	૧૩૦	૧૦૦.૦૦
સ્રોત : પ્રાથમિક ક્ષેત્રકાર્ય દરમિયાન પ્રાપ્ત થયેલી માહિતી		

ઉપરોક્ત કોષ્ટકના આધારે કહી શકાય છે કે ૨૬.૯ ટકા લાભાર્થીઓના કુટુંબની પેન્શન પહેલાની વાર્ષિક આવક રૂ.૨૫,૦૦૧ થી રૂ.૫૦,૦૦૦ની વચ્ચે હતી. ૭૦.૮ ટકા લાભાર્થીઓના કુટુંબની વાર્ષિક આવક રૂ.૫૦,૦૦૧ થી રૂ.૧,૦૦,૦૦૦ની વચ્ચે હતી અને ૨.3 ટકા લાભાર્થીઓના કુટુંબની વાર્ષિક આવક રૂ.૧,૦૦,૦૦૦૧ થી વધારે હતી. વૃદ્ધ લાભાર્થીઓના કુટુંબની પેન્શન પહેલાની વાર્ષિક આવક હાલની આવક કરતાં વધારે હતી.

૯.૪ લાભાર્થીની રહેઠાણ અંગેની માહિતી

- લાભાર્થીઓના ઘર વિશેની માહિતી

વ્યક્તિને આશ્રય માટે ઘરની જરૂર પડે છે. જે વ્યક્તિને કોઈપણ પરિસ્થિતિમાં રક્ષણ આપે છે. પ્રસ્તુત અભ્યાસ હેઠળ વૃદ્ધ લાભાર્થીઓ કયા પ્રકારના ઘરમાં વસવાટ કરે છે. તેની માહિતી મેળવવામાં આવી છે. જેની માહિતી નીચેના કોષ્ટકમાં છે.

કોષ્ટક નં.૧.૨૮
વૃદ્ધ લાભાર્થીઓના ઘરના પ્રકાર વિશેની માહિતી

વિગત	વૃદ્ધ લાભાર્થીઓની સંખ્યા	ટકાવારી
ઝૂંપડું	૧	.૮
કાચું	૭	૫.૪
અર્ધ પાકું	૪૭	૩૬.૨
પાકું	૭૧	૫૪.૬
ધાબાવાળું	૪	૩.૧
કુલ	૧૩૦	૧૦૦.૦૦
સોત : પ્રાથમિક ક્ષેત્રકાર્ય દરમિયાન પ્રાપ્ત થયેલી માહિતી		

ઉપરોક્ત કોષ્ટકના આધારે કહી શકાય છે કે ૫૪.૬ ટકા લાભાર્થીઓ પાકા મકાનમાં વસવાટ કરે છે. ૩૬.૨ ટકા લાભાર્થીઓ અર્ધ પાકા મકાનમાં વસવાટ કરે છે. ૫.૪ ટકા લાભાર્થીઓ કાચા મકાનમાં વસવાટ કરતા જોવા મળ્યા છે. ૩.૧ ટકા લાભાર્થીઓ ધાબાવાળા મકાનમાં વસવાટ કરે છે. ૦.૮ ટકા લાભાર્થીઓ ઝૂંપડામાં વસવાટ કરે છે. અભ્યાસ દરમિયાન એવું જોવા મળ્યું કે અમુક લાભાર્થીઓ જેઓ એકલા રહે છે. તેના ઘરની સ્થિતિ ખૂબ જ દયનીય છે. તેમના ઘરમાં કોઈપણ પ્રકારની સગવડતા નથી તેમનું ઘર ગમે ત્યારે તૂટી પડે એવું છે. તેમ છતાં તેઓ તે જ મકાનમાં વસવાટ કરતા જોવા મળ્યા. કેમ કે તેમની પાસે બીજો કોઈ વિકલ્પ નથી સરકારને આવા નિરાધાર વૃદ્ધોને પેન્શનની

સાથે મકાનની સવલતો પણ આપવી જોઈએ. જેથી આવા વૃદ્ધો પોતાનું જીવન યોગ્ય રીતે વ્યતીત કરી શકે.

પ્રસ્તુત અભ્યાસ હેઠળ વિસ્તાર પ્રમાણે લાભાર્થીઓના ઘરના પ્રકારની માહિતી મેળવવામાં આવી છે. જે નીચે મુજબ છે.

કોષ્ટક નં.૧.૨૯ વિસ્તાર પ્રમાણે વૃદ્ધ લાભાર્થીઓના ઘરના પ્રકારની માહિતી દર્શાવતું કોષ્ટક			
વિગત	વિસ્તાર		
	શહેરી	ગ્રામીણ	કુલ
ઝૂંપડું	૦	૧	૧
ટકા	૦	૧.૬	૮
કાચું	૩	૪	૭
ટકા	૪.૪	૬.૫	૫.૪
અર્ધ પાકું	૨૫	૨૨	૨૭
ટકા	૩૬.૮	૩૫.૫	૩૬.૨
પાકું	૩૯	૩૨	૭૧
ટકા	૫૭.૪	૫૧.૬	૫૪.૬
ધાબાવાળું	૧	૩	૪
ટકા	૧.૫	૪.૮	૩.૧
કુલ	૬૮	૬૨	૧૩૦
ટકા	૧૦૦.૦૦	૧૦૦.૦૦	૧૦૦.૦૦

ઉપરોક્ત કોષ્ટકના આધારે કહી શકાય છે કે ૧.૬ ટકા લાભાર્થીઓ ગ્રામીણ વિસ્તારમાં ઝૂંપડામાં વસવાટ કરે છે. શહેરી વિસ્તારમાં ૪.૪ ટકા લાભાર્થીઓ અને ગ્રામીણ વિસ્તારમાં ૬.૫ ટકા લાભાર્થીઓ કાચા મકાનમાં વસવાટ કરે છે. શહેરી વિસ્તારમાં ૩૬.૮ ટકા અને ગ્રામીણ વિસ્તારમાં ૩૫.૫ ટકા લાભાર્થીઓ અર્ધપાકા મકાનમાં વસવાટ કરે છે. શહેરી વિસ્તારમાં ૫૭.૪ ટકા અને ગ્રામીણ વિસ્તારમાં ૫૧.૬ ટકા લાભાર્થી પાકા મકાનમાં વસવાટ કરે છે. શહેરી વિસ્તારમાં ૧.૫ ટકા અને ગ્રામીણ વિસ્તારમાં ૪.૮ ટકા લાભાર્થીઓ ધાબાવાળા મકાનમાં વસવાટ કરે છે.

પ્રસ્તુત અભ્યાસ હેઠળ જ્ઞાતિ મુજબ લાભાર્થીઓના ઘરના પ્રકારની માહિતી મેળવવામાં આવી છે, જે નીચે મુજબ છે.

કોષ્ટક નં.૧.૩૦				
જ્ઞાતિ પ્રમાણે વૃદ્ધ લાભાર્થીઓના ઘરના પ્રકારની માહિતી દર્શાવતું કોષ્ટક				
વિગત	અનુસૂચિત જાતિ	અનુસૂચિત જનજાતિ	બક્ષીપંચ	જનરલ	કુલ
ઝૂંપડું	૧	૦	૦	૦	૧

ટકા	૧.૨	૦	૦	૦	૮
કાચું	૩	૦	૩	૧	૭
ટકા	૩.૭	૦	૧૦.૦	૭.૭	૫.૪
અર્ધ પાકું	૨૭	૪	૧૧	૩	૪૭
ટકા	૩૫.૮	૬૬.૭	૩૬.૭	૨૩.૧	૩૬.૨
પાકું	૪૫	૨	૧૫	૯	૭૧
ટકા	૫૫.૬	૩૩.૩	૫૦.૦	૬૯.૨	૫૪.૬
ધાબાવાળું	૩	૦	૧	૦	૪
ટકા	૩.૭	૦	૩.૩	૦	૩.૭
કુલ	૮૧	૬	૩૦	૧૩	૧૩૦
ટકા	૧૦૦.૦૦	૧૦૦.૦૦	૧૦૦.૦૦	૧૦૦.૦૦	૧૦૦.૦૦

સ્રોત : પ્રાથમિક ક્ષેત્રકાર્ય દરમિયાન પ્રાપ્ત થયેલી માહિતી

ઉપરોક્ત કોષ્ટકના આધારે કહી શકાય છે કે પાકા મકાનોમાં વસવાટ કરનારા અન્ય જ્ઞાતિના લાભાર્થીઓની સંખ્યા કરતા અનુસૂચિત જાતિની સંખ્યા વધારે છે. જે દર્શાવે છે કે અનુસૂચિત જાતિના લોકોની મકાનની સ્થિતિ વધારે સારી છે.

● **વૃદ્ધ લાભાર્થીઓના રહેઠાણની માલિકી**

પ્રસ્તુત અભ્યાસ હેઠળ વૃદ્ધો જે મકાનમાં રહે છે તે કોની માલિકીના છે તે જાણવાનો પ્રયત્ન કરવામાં આવ્યો છે. પોતાની માલિકીના મકાનમાં રહેતા વૃદ્ધો રહેઠાણ વિષયક ઓછી સમસ્યા અનુભવે છે. અને જે વૃદ્ધો પોતાની

માલિકીના મકાનમાં ન રહેતા હોય તેમને રહેઠાણ વિષયક સમસ્યાઓ વધારે મૂંઝવતી હોય છે.

કોષ્ટક નં.૧.૩૧		
વૃદ્ધ લાભાર્થીઓની મકાનની માલિકી અંગેની માહિતી દર્શાવતું કોષ્ટક		
વિગત	વૃદ્ધ લાભાર્થીઓની સંખ્યા	ટકાવારી
હા	૧૨૨	૯૩.૮
ના	૮	૬.૨
કુલ	૧૩૦	૧૦૦.૦૦
સ્ત્રોત : પ્રાથમિક ક્ષેત્રકાર્ય દરમિયાન પ્રાપ્ત થયેલી માહિતી		

ઉપરોક્ત કોષ્ટકના આધારે કહી શકાય છે કે ૯૩.૮ ટકા વૃદ્ધો પોતાની માલિકીના મકાનમાં વસવાટ કરે છે. ૬.૨ ટકા લાભાર્થીઓ પોતાની માલિકીના મકાનમાં વસવાટ કરતા નથી એટલે કે તેઓ બીજાના મકાનમાં વસવાટ કરે છે. ૬.૨ ટકા લાભાર્થીઓ ભાડુતી તરીકે અન્યના મકાનમાં વસવાટ કરે છે.

- વૃદ્ધ લાભાર્થીઓ હાલમાં કોની સાથે રહે છે તેની માહિતી

વર્તમાન સમયમાં આર્થિક વિકાસની સાથે સાથે શહેરીકરણ, ઔદ્યોગિકરણ વધતું જાય છે. જેના લીધે લોકો રોજગારી મેળવવા માટે સ્થળાંતર કરે છે. જેથી વૃદ્ધો માટે

કેટલાક પ્રશ્નો ઊભા થાય છે. નવી પેઢી અને જૂની પેઢી વચ્ચે અંતર વધતું જાય છે. સંયુક્ત કુટુંબમાં ઘટાડો થતો જાય છે. અને વિભક્ત કુટુંબમાં વધારો થઈ રહ્યો છે. શહેરમાં વસવાટની સમસ્યા, સ્વતંત્ર રહેવાની ઈચ્છાને કારણે સ્થળાંતર કરીને આવેલા યુવાનો તેમના વૃદ્ધ માતા-પિતાને ગામડામાં મૂકીને આવે છે. આમ ગામડામાં સંતાનોથી દૂર રહેતા વૃદ્ધોને અનેક પ્રકારની સમસ્યાઓનો સામનો કરવો પડે છે. શહેરોમાં પણ વિભક્ત કુટુંબોમાં રહેતા વૃદ્ધોને અનેક પ્રકારની મુશ્કેલીઓનો સામનો કરવો પડે છે.

પ્રસ્તુત અભ્યાસ હેઠળ વૃદ્ધો હાલમાં કોની સાથે રહે છે તેની માહિતી મેળવવામાં આવી છે, જે નીચે મુજબ છે.

કોષ્ટક નં.૧.૩૨		
વૃદ્ધ લાભાર્થીઓ હાલમાં કોની સાથે રહે છે તેની માહિતી દર્શાવતું કોષ્ટક		
વિગત	વૃદ્ધ લાભાર્થીઓની સંખ્યા	ટકા
પોતે એકલા	૧૩	૧૦.૦
કુટુંબના સભ્યો જોડે	૧૧૭	૯૦.૦
કુલ	૧૩૦	૧૦૦.૦૦
સ્ત્રોત : પ્રાથમિક ક્ષેત્રકાર્ય દરમિયાન પ્રાપ્ત થયેલી માહિતી		

ઉપરોક્ત કોષ્ટકના આધારે કહી શકાય છે કે ૧૦ ટકા લાભાર્થીઓ કુટુંબમાં એકલા રહે છે અને ૯૦ ટકા લાભાર્થીઓ કુટુંબના સભ્યો જોડે રહે છે.

પ્રસ્તુત અભ્યાસ હેઠળ વિસ્તાર પ્રમાણે લાભાર્થીઓ કોની સાથે રહે છે તેની માહિતી મેળવવામાં આવી છે, જે નીચે મુજબ છે.

કોષ્ટક નં.૧.33			
વિસ્તાર પ્રમાણે વૃદ્ધ લાભાર્થીઓ કોની સાથે રહે છે તેની માહિતી દર્શાવતું કોષ્ટક			
વિગત	વિસ્તાર		કુલ
	શહેરી	ગ્રામીણ	
પોતે એકલા	૪	૯	૧૩
ટકા	૫.૯	૧૪.૫	૧૦.૦
કુટુંબના સભ્યો જોડે	૬૪	૫૩	૧૧૭
ટકા	૯૪.૧	૮૫.૫	૯૦.૦
કુલ	૬૮	૬૨	૧૩૦
ટકા	૧૦૦.૦૦	૧૦૦.૦૦	૧૦૦.૦૦
સ્રોત : પ્રાથમિક ક્ષેત્રકાર્ય દરરમિયાન પ્રાપ્ત થયેલી માહિતી			

ઉપરોક્ત કોષ્ટકના આધારે કહી શકાય છે કે શહેરી વિસ્તારમાં ૫.૯ ટકા લાભાર્થીઓ એકલા રહે છે. જ્યારે ગ્રામીણ વિસ્તારમાં ૧૪.૫ ટકા લાભાર્થીઓ એકલા રહે છે.

એટલે કે ગ્રામીણ વિસ્તારથી શહેરી વિસ્તારમાં વધારે પ્રમાણમાં સ્થળાંતર થાય છે.

૯.૫ વૃદ્ધ લાભાર્થીની આર્થિક પરિસ્થિતિ અંગેની માહિતી

કોઈપણ વ્યક્તિ પાસેની અસ્કયામતો, ભૌતિક સાધનો વગેરે તેમની આર્થિક પરિસ્થિતિ વિશેની માહિતી આપે છે. પ્રસ્તુત અભ્યાસ હેઠળ વૃદ્ધ લાભાર્થીઓની આર્થિક પરિસ્થિતિ કેવી છે તે તપાસવાનો પ્રયત્ન કરવામાં આવ્યો છે.

કોષ્ટક નં.૧.૩૪		
વૃદ્ધ લાભાર્થીઓના અસ્કયામતોની માહિતી દર્શાવતું કોષ્ટક		
વિગત	વૃદ્ધ લાભાર્થીઓની સંખ્યા	ટકાવારી
જમીન	૨	૧.૫
મકાન	૧૧૯	૯૧.૫
લાગુ પડતું નથી	૯	૬.૯
કુલ	૧૩૦	૧૦૦.૦૦
સ્રોત : પ્રાથમિક ક્ષેત્રકાર્ય દરમિયાન પ્રાપ્ત થયેલી માહિતી		

ઉપરોક્ત કોષ્ટકના આધારે કહી શકાય છે કે ૧.૫ ટકા લાભાર્થીઓ જમીન ધરાવે છે. ૯૧.૫ ટકા લાભાર્થીઓ પાસે અસ્કયામતોના રૂપમાં પોતાનું મકાન છે. અને ૬.૯ ટકા લાભાર્થીઓ એવા છે કે જેમની પાસે કોઈપણ પ્રકારની સ્થાયી અસ્કયામતો નથી.

પ્રસ્તુત અભ્યાસ હેઠળ વિસ્તાર પ્રમાણે લાભાર્થીઓના અસ્કયામતોની માહિતી મેળવવામાં આવી છે, જે નીચે મુજબ છે.

કોષ્ટક નં.૧.૩૫
વિસ્તાર પ્રમાણે વૃદ્ધ લાભાર્થીઓની અસ્કયામતોની માહિતી દર્શાવતું કોષ્ટક

વિગત	વિસ્તાર		કુલ
	શહેરી	ગ્રામીણ	
જમીન	૦	૨	૨
ટકા	૦	૩.૨	૧.૫
મકાન	૬૧	૫૮	૧૧૯
ટકા	૮૯.૭	૯૩.૫	૯૧.૫
લાગુ પડતું નથી	૭	૨	૯
ટકા	૧૦.૩	૩.૨	૬.૯
કુલ	**૬૮**	**૬૨**	**૧૩૦**
ટકા	**૧૦૦.૦૦**	**૧૦૦.૦૦**	**૧૦૦.૦૦**

સ્રોત : પ્રાથમિક ક્ષેત્રકાર્ય દરમિયાન પ્રાપ્ત થયેલી માહિતી

ઉપરોક્ત કોષ્ટકના આધારે કહી શકાય છે કે ગ્રામીણ વિસ્તારમાં ૩.૨ ટકા લાભાર્થીઓ જમીન ધરાવે છે. જ્યારે શહેરી વિસ્તારમાં કોઈ પણ લાભાર્થીઓ પાસે જમીન નથી. શહેરી વિસ્તારમાં ૮૯.૭ ટકા લાભાર્થીઓ અને ગ્રામીણ વિસ્તારમાં ૯૩.૫ ટકા લાભાર્થીઓ પાસે પોતાનું મકાન છે.

શહેરી વિસ્તારમાં ૧૦.૩ ટકા લાભાર્થીઓ અને ગ્રામીણ વિસ્તારમાં ૩.૨ ટકા લાભાર્થીઓ એવા છે કે જેમની પાસે કોઈપણ પ્રકારની અસ્કયામતો નથી.

પ્રસ્તુત અભ્યાસ હેઠળ જ્ઞાતિ પ્રમાણે લાભાર્થીઓના અસ્કયામતોની માહિતી મેળવવામાં આવી છે, જે નીચે મુજબ છે.

કોષ્ટક નં.૧.૩૬

જ્ઞાતિ પ્રમાણે વૃદ્ધ લાભાર્થીઓની અસ્ક્યામતોની માહિતી દર્શાવતું કોષ્ટક

વિગત	અનુસૂચિત જાતિ	અનુસૂચિત જનજાતિ	બક્ષીપંચ	સામાન્ય	કુલ
જમીન	૨	૦	૦	૦	૨
ટકા	૨.૫	૦	૦	૦	૧.૫
મકાન	૭૯	૬	૨૪	૧૦	૧૧૯
ટકા	૯૭.૫	૧૦૦.૦	૮૦.૦	૭૬.૯	૯૧.૫
લાગુ પડતું નથી	૦	૦	૬	૩	૯
ટકા	૦	૦	૨૦.૦	૨૩.૧	૬.૯
કુલ	**૮૧**	**૬**	**૩૦**	**૧૩**	**૧૩૦**
ટકા	**૧૦૦.૦૦**	**૧૦૦.૦૦**	**૧૦૦.૦૦**	**૧૦૦.૦૦**	**૧૦૦.૦૦**

સ્રોત : પ્રાથમિક ક્ષેત્રકાર્ય દરમિયાન પ્રાપ્ત થયેલી માહિતી

ઉપરોક્ત કોષ્ટકના આધારે કહી શકાય છે કે માત્ર અનુસૂચિત જાતિના ૨.૫ ટકા લાભાર્થીઓ જમીન ધરાવે છે. બક્ષીપંચના ૨૦.૦ ટકા લાભાર્થીઓ અને જનરલના ૨૩.૧ ટકા લાભાર્થીઓ એવા છે કે જેમની પાસે કોઈપણ પ્રકારની અસ્કયામતો નથી. અનુસૂચિત જાતિના ૯૭.૫ ટકા, અનુસૂચિત જનજાતિના ૧૦૦ ટકા, બક્ષીપંચના ૮૦.૦ ટકા અને સામાન્ય જ્ઞાતિના ૭૬.૯ ટકા લાભાર્થીઓ પાસે અસ્કયામતના રૂપમાં પોતાનું મકાન છે.

પ્રસ્તુત અભ્યાસ હેઠળ લાભાર્થીઓના ભૌતિક સાધનોની માહિતી મેળવવામાં આવી છે, જે નીચે મુજબ છે.

કોષ્ટક નં.૧.૩૭						
લાભાર્થીઓના ભૌતિક સાધનોની માહિતી દર્શાવતું કોષ્ટક						
વિગત	ટી.વી.	ફ્રીઝ	પંખો	મોબાઈલ	કમ્પ્યુટર	વોશિંગ મશીન
હા	૧૧૦	૨૩	૧૨૬	૬૨	૧	૦
ટકા	૮૪.૬	૧૭.૭	૯૬.૯	૪૭.૭	.૮	૦
ના	૨૦	૧૦૭	૪	૬૮	૧૨૯	૧૩૦
ટકા	૧૫.૪	૮૨.૩	૩.૧	૫૨.૩	૯૯.૨	૧૦૦.૦૦
કુલ	૧૩૦	૧૩૦	૧૩૦	૧૩૦	૧૩૦	૧૩૦
ટકા	૧૦૦.૦૦	૧૦૦.૦૦	૧૦૦.૦૦	૧૦૦.૦૦	૧૦૦.૦૦	૧૦૦.૦૦
સ્રોત : પ્રાથમિક ક્ષેત્રકાર્ય દરમિયાન પ્રાપ્ત થયેલી માહિતી						

ઉપરોક્ત કોષ્ટકના આધારે કહી શકાય છે કે ૮૪.૬ ટકા લાભાર્થીઓના ઘરમાં ટી.વી. છે. ૧૭.૭ ટકા લાભાર્થીઓના ઘરમાં ફ્રીજ છે. ૯૬.૯ ટકા લાભાર્થીઓના ઘરમાં પંખો છે. ૪૭.૭ ટકા લાભાર્થીઓની પાસે મોબાઈલ છે. ૦.૮ ટકા લાભાર્થીના ઘરમાં કમ્પ્યુટર છે. મોટાભાગના લાભાર્થીઓના ઘરમાં મુખ્ય વસ્તુ પંખો છે. પ્રાથમિક ક્ષેત્રકાર્ય દરમિયાન એવું જોવા મળ્યું છે કે અમુક લાભાર્થીઓના ઘરમાં કોઈપણ પ્રકારની ભૌતિક સગવડતા નથી. તેમની આર્થિક સ્થિતિ ખૂબ જ દયનીય છે. તેઓ માત્ર ખાટલા ઉપર સૂઈ રહેતા હતા. તેમનું જીવન અનેક પ્રકારની મુશ્કેલીઓથી ભરેલું છે. તેમની પાયાની જરૂરિયાતો પણ સંપૂર્ણ રૂપથી સંતોષાઈ નથી. તેથી સરકારને આવા વૃદ્ધો માટે ખાસ પ્રકારની સુવિધાઓ આપવી જોઈએ. તેમના પેન્શનમાં વધારો કરવો જોઈએ. તેમને સ્વાસ્થ્ય,અનાજની સહાય વિના મૂલ્યે આપવી જોઈએ.

૯.૬ વૃદ્ધ લાભાર્થીઓની જમીન ધારણ સંબંધિત બાબતોની માહિતી

પ્રસ્તુત અભ્યાસ હેઠળ વૃદ્ધ લાભાર્થીઓ પાસે જમીન છે કે નહિ તેની માહિતી મેળવવામાં આવી છે, જે નીચે મુજબ છે.

કોષ્ટક નં.૧.૩૮ લાભાર્થીઓ પાસે જમીન છે કે નહિ તેની માહિતી દર્શાવતું કોષ્ટક		
વિગત	વૃદ્ધ લાભાર્થીઓની સંખ્યા	ટકાવારી
હા	૨	૧.૫
ના	૧૨૮	૯૮.૫
કુલ	૧૩૦	૧૦૦.૦
સ્રોત : પ્રાથમિક ક્ષેત્રકાર્ય દરમ્યાન પ્રાપ્ત માહિતી અનુસાર		

ઉપરોક્ત કોષ્ટકના આધારે કહી શકાય છે કે ૧.૫ ટકા વૃદ્ધ લાભાર્થીઓની પાસે જમીન છે. જ્યારે ૯૮.૫ ટકા લાભાર્થીઓ પાસે જમીન જોવા મળી ન હતી.

• લાભાર્થીઓની આરોગ્ય વિષયક માહિતી

પ્રાચીન સમયમાં કેટલીક બીમારીઓ એવી હતી કે જેના પર નિયંત્રણ મેળવવાનું અશક્ય હતું. જેના લીધે મૃત્યુદર ઊંચો હતો. પરંતુ વર્તમાન સમયમાં વૈજ્ઞાનિક પ્રગતિને લીધે કેટલાક જીવલેણ રોગો પર નિયંત્રણ મૂકી શક્યા છીએ. પોષણયુક્ત આહાર, સ્વચ્છતા, બીમારીમાં યોગ્ય સારવાર, વૈજ્ઞાનિક ટેકનોલોજીના લીધે વ્યક્તિના

સરેરાશ આયુષ્યમાં વધારો થયો છે. મૃત્યુદર ઘટે છે અને વૃદ્ધોની સંખ્યામાં વધારો થઈ રહ્યો છે.

પ્રસ્તુત અભ્યાસ હેઠળ વૃદ્ધોને કોઈ પ્રકારની બીમારી છે કે નહીં તે જાણવાનો પ્રયત્ન કરવામાં આવ્યો છે, જેની માહિતી નીચે મુજબ છે.

| કોષ્ટક નં.૧.૩૯ |||
| વૃદ્ધોને કોઈ બીમારી છે કે નહિ તેની માહિતી દર્શાવતું કોષ્ટક |||
વિગત	વૃદ્ધ લાભાર્થીઓની સંખ્યા	ટકાવારી
હા	૪૬	૩૫.૪
ના	૮૪	૬૪.૬
કુલ	૧૩૦	૧૦૦.૦૦
સ્રોત : પ્રાથમિક ક્ષેત્રકાર્ય દરમિયાન પ્રાપ્ત થયેલી માહિતી		

ઉપરોક્ત કોષ્ટકના આધારે કહી શકાય છે કે ૩૫.૪ ટકા લાભાર્થીઓને કોઈ બીમારી છે. પ્રાથમિક ક્ષેત્રકાર્ય દરમિયાન એવું જોવા મળ્યું કે અમુક વૃદ્ધો જે લોકો એકલા રહે છે અને તેઓ અમુક બીમારીથી પીડાય છે પરંતુ તેમની આર્થિક સ્થિતિ એટલી નબળી છે કે તેઓ ડૉક્ટરની મદદ

પણ લઈ શકતા નથી. અને માત્ર ઈશ્વર પર આસ્થા રાખીને પોતાનું જીવન વ્યતીત કરે છે. તેથી સરકારને આવા વૃદ્ધો માટે ખાસ સુવિધાઓ આપવી જોઈએ. સમયાંતરે સ્વાસ્થ્ય સંબંધી સુવિધાઓ તેમને આપવી જોઈએ. ડૉક્ટરો ઘરે આવીને તેમની તપાસ કરે અને દવા આપે તેવા પ્રયત્નો કરવા જોઈએ.

• **વૃદ્ધ લાભાર્થીઓને હાલમાં કઈ બીમારી છે તેની માહિતી**

પ્રસ્તુત અભ્યાસ હેઠળ વૃદ્ધોને હાલમાં કઈ બીમારી છે તે તપાસવામાં આવ્યું છે જેની વિસ્તૃત માહિતી નીચે મુજબ છે.

કોષ્ટક નં.૧.૪૦ વૃદ્ધોની હાલની બીમારી દર્શાવતું કોષ્ટક		
વિગત	વૃદ્ધ લાભાર્થીઓની સંખ્યા	ટકાવારી
કેન્સર	૨	૧.૪
મોતિયા	૨	૧.૪
હાઈ બી.પી.	૧૪	૧૦.૦
લો બી.પી.	૨	૧.૪
લકવા	૧૨	૮.૬
થાઈરોઈડ	3	૨.૧

શ્વાસની બીમારી	૧૦	૭.૧
હ્રદયની બીમારી	૩	૨.૧
મધુપ્રમેહ	૮	૫.૭
લાગુ પડતું નથી	૮૪	૬૦.૦
કુલ	૧૪૦	૧૦૦.૦
સ્રોત : પ્રાથમિક ક્ષેત્રકાર્ય દરમ્યાન પ્રાપ્ત કરેલી માહિતીના આધારે		

- એક કરતાં વધારે જવાબો મળ્યા છે.

ઉપરોક્ત કોષ્ટકના આધારે કહી શકાય છે કે અભ્યાસ હેઠળના ૧૦.૦ ટકા વૃદ્ધ લાભાર્થીઓને હાઈ બી.પી.ની બીમારી છે. ૮.૬ ટકા લાભાર્થીઓને લકવાની બીમારી છે. ૨.૧ ટકા લાભાર્થીઓને હ્રદયની બીમારી છે. ૫.૭ ટકા લાભાર્થીઓને મધુપ્રમેહ છે. ૨.૧ ટકા લાભાર્થીઓને થાઈરોઈડની બીમારી છે. ૧.૪ ટકા લાભાર્થીઓ કેન્સરની બીમારીથી પીડાય છે. ૧.૪ ટકા લાભાર્થીઓને મોતિયાની સમસ્યા છે. ૭.૧ ટકા લાભાર્થીઓને શ્વાસની બીમારી છે. ૫.૭ ટકા લાભાર્થીઓને મધુપ્રમેહની બીમારી છે, પ્રસ્તુત આંકડા દર્શાવે છે કે ઘણા લાભાર્થીઓ વિવિધ રોગોથી પીડાય છે. જે નીચા સ્વાસ્થ્યનો નિર્દેશ કરે છે.

- **વૃદ્ધ લાભાર્થીઓનો પેન્શન પહેલા અને પેન્શન પછીના સ્વાસ્થ્ય પાછળનો ખર્ચ**

પ્રસ્તુત અભ્યાસમાં વૃદ્ધ પેન્શન પછી અને વૃદ્ધ પેન્શન પહેલા લાભાર્થીઓની સ્વાસ્થ્ય પાછળના ખર્ચમાં કોઈ ફેરફાર થયા છે કે નહિ તેનો અભ્યાસ કરવામાં આવ્યો છે. અત્રે પેન્શન પછી અને પેન્શન પહેલા લાભાર્થીઓના સ્વાસ્થ્ય પાછળના ખર્ચમાં આંકડાશાસ્ત્રીય સાર્થક તફાવત જોવા મળ્યો છે કે નહિ તે માટે નીચે મુજબની પરિકલ્પના ચકાસવામાં આવી છે.

H0 : પેન્શન પછી અને પેન્શન પહેલા લાભાર્થીઓના સ્વાસ્થ્ય પાછળના ખર્ચમાં કોઈ તફાવત નથી.

H₁ : પેન્શન પછી અને પેન્શન પહેલા લાભાર્થીઓના સ્વાસ્થ્ય પાછળના ખર્ચમાં સાર્થક તફાવત છે.

અત્રે વૃદ્ધ પેન્શન પછી અને વૃદ્ધ પેન્શન પહેલા લાભાર્થીઓના સ્વાસ્થ્ય પાછળના ખર્ચમાં તફાવત છે કે નહિ તે તપાસવા માટે Paired sample t-test નો ઉપયોગ કરતા નીચે મુજબનું પરિણામ પ્રાપ્ત થયું છે.

વિગત	Mean	N	Std. Deviation	Std.Error Mean
પેન્શન પછી સ્વાસ્થ્ય પાછળનું ખર્ચ	૧૮૩.૮૪૬	૧૩૦	૨૬૯.૮૮૪	૨૩.૬૭૦
પેન્શન પહેલા	૧૮૦.૭	૧૩૦	૨૬૦.૦૨૨	૨૨.૮૦૫

સ્વાસ્થ્ય પાછળનું ખર્ચ	૬૯			

Paired Sample Correlations

વિગત	N	Correlation	Sign.
પેન્શન પછીની અને પેન્શન પહેલાની વાર્ષિક આવક	૧૩૦	.૯૩૬	.૦૦૦

Paired Sample Test

	Paired Difference							
				૯૫% Confidence Interal of the Difference				
	Mean	Std.Deviation	Std. Error Mean	Lower	Upper	t	Df	Sig (૨-tails)
પેન્શન પછી અને પેન્શન પહેલાની વાર્ષિક આવક	૩.૦૭૬	૯૫.૫૯૧	૮.૩૮૩	-૧૩.૫૧૦૯	૧૯.૬૬૪૭	.૩૬૭	૧૨૯	.૭૧૪

પ્રસ્તુત કોષ્ટક પ્રમાણે t પરીક્ષણનું મૂલ્ય -0.૩૬૭ છે અને સાર્થકતાનું મૂલ્ય 0.૭૧૪ છે જે 0.0૧ અને 0.0૫ કરતા વધારે છે. જ્યાં નિરાકરણીય પરિકલ્પના (Ho) નો સ્વીકાર થાય છે. અર્થાત્ પેન્શન પછી અને પેન્શન પહેલા લાભાર્થીઓના સ્વાસ્થ્ય પાછળના ખર્ચમાં કોઈ

આંકડાશાસ્ત્રીય સાર્થક તફાવત નથી. એવું પ્રસ્તુત પરિણામ દર્શાવે છે.

• વ્યસન અંગેની માહિતી

વ્યસન સ્વાસ્થ્ય માટે હાનિકારક હોય છે. વ્યસનની ટેવ પડી જાય તો તેનાથી બહાર નીકળવું ખૂબ જ મુશ્કેલ હોય છે. વ્યસનને લીધે વ્યક્તિને અનેક પ્રકારની બીમારીઓ થાય છે. વ્યક્તિ વ્યસનને લીધે પોતાને અને પોતાના કુટુંબને અનેક પ્રકારની મુશ્કેલીઓમાં મૂકી દે છે. વ્યસનને લીધે કેન્સર જેવી ભયંકર બીમારી થાય છે.

પ્રસ્તુત અભ્યાસ હેઠળ વૃદ્ધ લાભાર્થીઓ વ્યસન કરે છે કે નહિ તે જાણવાનો પ્રયત્ન કરવામાં આવ્યો છે, જેની માહિતી નીચે મુજબ છે.

કોષ્ટક નં.૧.૪૧		
વૃદ્ધો વ્યસન કરે છે કે નહીં તેની માહિતી દર્શાવતું કોષ્ટક		
વિગત	વૃદ્ધ લાભાર્થીઓની સંખ્યા	ટકાવારી
હા	૨૦	૧૫.૪
ના	૧૧૦	૮૪.૬
કુલ	૧૩૦	૧૦૦.૦૦
સ્રોત : પ્રાથમિક ક્ષેત્રકાર્ય દરિમિયાન પ્રાપ્ત થયેલી માહિતી		

ઉપરોક્ત કોષ્ટકના આધારે કહી શકાય છે કે ૧૫.૪ ટકા લાભાર્થીઓ વ્યસન કરતા જોવા મળ્યા.

પ્રસ્તુત અભ્યાસ હેઠળ વૃદ્ધ લાભાર્થીઓને કેવા પ્રકારનો વ્યસન છે તે જાણવાનો પ્રયત્ન કરવામાં આવ્યો છે. જેની માહિતી નીચે મુજબ છે.

કોષ્ટક નં.૧.૪૨		
વૃદ્ધ લાભાર્થીઓને કેવા પ્રકારનો વ્યસન છે તેની માહિતી દર્શાવતું કોષ્ટક		
વિગત	વૃદ્ધ લાભાર્થીઓની સંખ્યા	ટકાવારી
સિગારેટ/બીડી	૬	૪.૬
તમાકુ/ગુટખા	૧૨	૯.૨
છીંકણી	૨	૧.૫
લાગુ પડતું નથી	૧૧૦	૮૪.૬
કુલ	૧૩૦	૧૦૦.૦૦
સ્ત્રોત : પ્રાથમિક ક્ષેત્રકાર્ય દરમિયાન પ્રાપ્ત થયેલી માહિતી		

આલેખ- ૧.૪

વૃદ્ધ લાભાર્થીઓને કેવા પ્રકારનો વ્યસન છે તેની માહિતી દર્શાવતો આલેખ

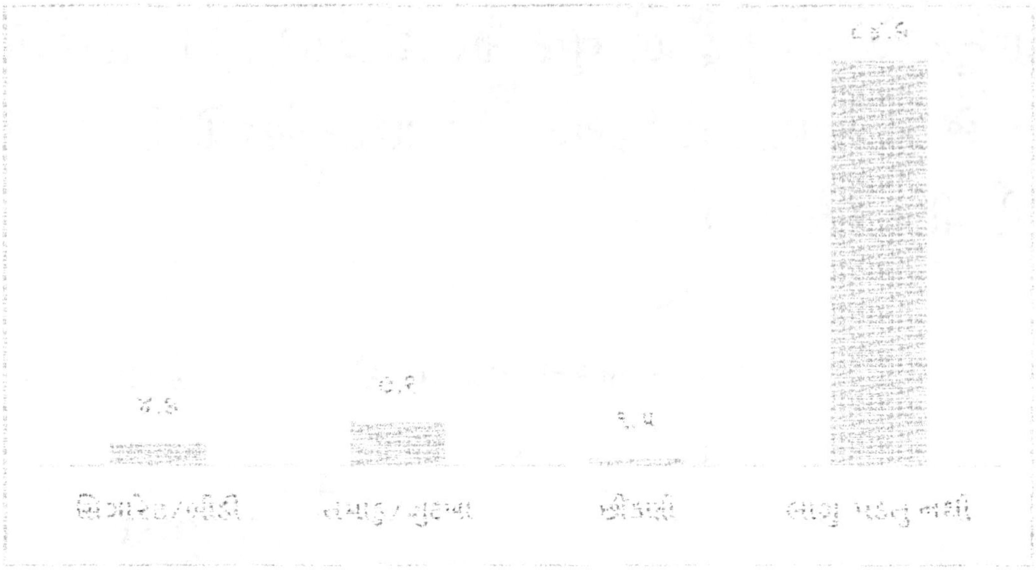

ઉપરોક્ત કોષ્ટક અને આલેખના આધારે કહી શકાય છે કે ૪.૬ ટકા લાભાર્થીઓને સિગારેટ/ બીડીનું વ્યસન છે. ૯.૨ ટકા લાભાર્થીઓને તમાકુ/ગુટખાનું વ્યસન છે. ૧.૫ ટકા લાભાર્થીઓને છીંકણીનું વ્યસન છે.

● **લાભાર્થીઓમાં વિકલાંગતા છે કે નહિ તેની માહિતી**

શારીરિક અને માનસિક ખોડખાંપણ ધરાવતી વ્યક્તિને વિકલાંગ કહેવાય છે. અને શારીરિક અને માનસિક ખોડખાંપણને લીધે પેદા થતી અસમર્થતાને વિકલાંગપણું કહેવાય છે. પ્રસ્તુત અભ્યાસ હેઠળ વૃદ્ધ લાભાર્થીઓમાં વિકલાંગતા છે કે નહિ તે તપાસવામાં આવ્યું છે. જેની માહિતી નીચેના કોષ્ટકમાં છે.

કોષ્ટક નં.૧.૪૩		
વૃદ્ધ લાભાર્થીઓમાં વિકલાંગતા છે કે નહી તેની માહિતી દર્શાવતું કોષ્ટક		
વિગત	વૃદ્ધ લાભાર્થીઓની સંખ્યા	ટકાવારી
હા	૬	૪.૬
ના	૧૨૪	૯૫.૪
કુલ	૧૩૦	૧૦૦.૦૦
સ્રોતઃ પ્રાથમિક ક્ષેત્રકાર્ય દરમિયાન પ્રાપ્ત થયેલી માહિતી		

ઉપરોક્ત કોષ્ટકના આધારે કહી શકાય છે કે ૪.૬ ટકા લાભાર્થીઓ વિકલાંગતા ધરાવે છે.

પ્રસ્તુત અભ્યાસ હેઠળ વૃદ્ધ લાભાર્થીઓમાં કેવા પ્રકારની વિકલાંગતા છે તે જાણવાનો પ્રયત્ન કરવામાં આવ્યો છે. જેની માહિતી નીચે મુજબ છે.

કોષ્ટક નં.૧.૪૪		
કેવા પ્રકારની વિકલાંગતા છે તેની માહિતી દર્શાવતું કોષ્ટક		
વિગત	વૃદ્ધ લાભાર્થીઓની સંખ્યા	ટકાવારી
શ્રવણમંદ	૩	૨.૩
અપંગ	૩	૨.૩
લાગું પડતું નથી	૧૨૪	૯૫.૪
કુલ	૧૩૦	૧૦૦.૦૦
સ્રોત : પ્રાથમિક ક્ષેત્રકાર્ય દરમિયાન પ્રાપ્ત થયેલી માહિતી		

ઉપરોક્ત કોષ્ટકના આધારે કહી શકાય છે કે ૨.૩ ટકા લાભાર્થીઓ શ્રવણમંદ છે. ૨.૩ ટકા લાભાર્થીઓ અપંગ છે. જે વૃદ્ધો અપંગ છે. તેઓ વધારે મુશ્કેલીઓ અનુભવે છે. તેઓ આખો દિવસ ખાટલા પર પસાર કરે છે. સરકાર દ્વારા જો વૃદ્ધોને ભવિષ્યમાં પેન્શન ઘરે આપવામાં ન આવે અને બેંકોમાં જમા થશે તો આવા વિકલાંગ વૃદ્ધોને વધારે મુશ્કેલીઓનો સામનો કરવો પડશે. તેથી સરકારને આ બધી બાબતોને ધ્યાનમાં રાખીને નિર્ણય લેવા જોઈએ.

૯.૮ લાભાર્થીઓની સામાજિક બાબતો અંગેની માહિતી

વર્તમાન યુગમાં શૈક્ષણિક વિકાસ, લોકશાહી સ્વાતંત્ર્યના નવાં મૂલ્યો, ઝડપી વિકાસ વગેરેને લીધે નવી પેઢી અને જૂની પેઢી વચ્ચેનું અંતર વધતું જાય છે. આધુનિક યુગમાં કુટુંબમાં પિતાની સંતાનો પરની સત્તા ઘટી રહી છે. પુત્રો પોતાના માતા-પિતાથી અલગ રહેવા ઈચ્છે છે. વૃદ્ધાવસ્થામાં માતા-પિતાનું ભરણપોષણ અને રક્ષણ કરવું એ સંતાનોની ફરજ છે. પરંતુ સમયની સાથે સાથે લોકોના વિચારોમાં પણ પરિવર્તન થવા માંડ્યું છે. વૃદ્ધાવસ્થામાં કેટલાક બાળકો પોતાના માતા-પિતાને એકલા મૂકીને બીજી જગ્યાએ સ્થળાંતર કરે છે. વૃદ્ધાવસ્થા એક એવી અવસ્થા છે કે જ્યારે વૃદ્ધોને પોતાના બાળકોના સાથ સહકારની સૌથી વધારે જરૂર પડે છે.

પ્રસ્તુત અભ્યાસ હેઠળ વૃદ્ધોને તેમના બાળકો તરફથી સહકાર મળે છે કે નહિ તે તપાસવામાં આવ્યું છે. જેની વિસ્તૃત માહિતી નીચે મુજબ છે.

કોષ્ટક નં.૧.૪૫		
વૃદ્ધ લાભાર્થીઓને તેમના બાળકો તરફથી સહકાર મળે છે કે નહિ તેની માહિતી દર્શાવતું કોષ્ટક		
વિગત	વૃદ્ધ લાભાર્થીઓની સંખ્યા	ટકાવારી
હા	૧૦૬	૮૧.૫
ના	૧૯	૧૪.૬
લાગુ પડતું નથી	૫	૩.૮
કુલ	૧૩૦	૧૦૦.૦૦
સ્રોત : પ્રાથમિક ક્ષેત્રકાર્ય દરમિયાન પ્રાપ્ત થયેલી માહિતી		

ઉપરોક્ત કોષ્ટકના આધારે કહી શકાય છે કે ૮૧.૫ ટકા લાભાર્થીઓને પોતાના બાળકો તરફથી સહકાર મળે છે. ૧૪.૬ ટકા લાભાર્થીઓને પોતાના બાળકો તરફથી સહકાર મળતો નથી. ૩.૮ ટકા લાભાર્થીઓ એવા છે કે જેમને બાળકો નથી. જે વૃદ્ધો પોતાના સંતાનો જોડે રહે છે. તેમાંથી પણ કેટલાક વૃદ્ધોના જણાવ્યા અનુસાર હવે તેમના બાળકો પોતાના માતા-પિતાને જોડે રાખવા તૈયાર નથી. તેનું મુખ્ય કારણ જૂની અને નવી પેઢી વચ્ચેનું વધતું અંતર જવાબદાર છે. નવી પેઢી વૃદ્ધોના વિચારો, નિર્ણયો સાથે

૭૬

સહમત હોતી નથી. જેથી કુટુંબમાં તેમની વચ્ચે મતભેદો ઊભા થાય છે.

કોષ્ટક નં.૧.૪૬		
બાળકો તરફથી સહકાર કેમ નથી મળતો તેની માહિતી દર્શાવતું કોષ્ટક		
વિગત	વૃદ્ધ લાભાર્થીઓની સંખ્યા	ટકાવારી
બાળકો જુદા રહે છે.	૧૨	૯.૨
દીકરી સાસરે છે.	૪	૩.૧
બાળક જીવિત નથી	૩	૨.૩
લાગુ પડતું નથી	૧૧૧	૮૫.૪
કુલ	૧૩૦	૧૦૦.૦૦
સોત : પ્રાથમિક ક્ષેત્રકાર્ય દરમિયાન પ્રાપ્ત થયેલી માહિતી		

આલેખ – ૧.૫

બાળકો તરફથી સહકાર કેમ નથી મળતો તેની માહિતી દર્શાવતો આલેખ

ઉપરોક્ત કોષ્ટક અને આલેખના આધારે કહી શકાય છે કે ૯.૨ ટકા લાભાર્થીઓના બાળકો પોતાના માતા-પિતાથી જુદા રહે છે. ૩.૧ ટકા લાભાર્થીઓની દીકરી સાસરે છે. એટલે કે તેમને દીકરાઓ નથી. ૨.૩ ટકા લાભાર્થીઓના બાળક હાલમાં જીવિત નથી.

પ્રસ્તુત અભ્યાસ હેઠળ વિસ્તાર પ્રમાણે વૃદ્ધ લાભાર્થીઓને તેમના બાળકો તરફથી સહકાર કેમ નથી મળતો તે જાણવાનો પ્રયત્ન કરવામાં આવ્યો છે. જેની માહિતી નીચે મુજબ છે.

કોષ્ટક નં.૧.૪૭

વિસ્તાર અને બાળકો તરફથી સહકાર કેમ નથી મળતો તેની માહિતી દર્શાવતું કોષ્ટક

વિગત	વિસ્તાર		કુલ
	શહેરી	ગ્રામીણ	
બાળકો જુદા રહે છે.	૫	૭	૧૨
	૭.૪	૧૧.૩	૯.૨
દીકરી સાસરે છે.	૩	૧	૪
	૪.૪	૧.૬	૩.૧
બાળક જીવિત નથી	૩	૦	૩
	૪.૪	૦	૨.૩
લાગુ પડતું નથી	૫૭	૫૪	૧૧૧
	૮૩.૮	૮૭.૧	૮૫.૪
કુલ	૬૮	૬૨	૧૩૦
	૧૦૦.૦૦	૧૦૦.૦૦	૧૦૦.૦૦

સ્રોત : પ્રાથમિક ક્ષેત્રકાર્ય દરમિયાન પ્રાપ્ત થયેલી માહિતી

ઉપરોક્ત કોષ્ટકના આધારે કહી શકાય છે કે શહેરી વિસ્તાર કરતા ગ્રામીણ વિસ્તારના વૃદ્ધોના બાળકો કુટુંબથી જુદા રહે છે. જેનું મુખ્ય કારણ બેરોજગારી છે. ગ્રામીણ વિસ્તારમાં રોજગારીની તકો ઓછી હોવાને લીધે લોકો શહેરો તરફ સ્થળાંતર કરે છે. અને શહેરી વિસ્તારમાં

વિભક્ત કુટુંબોની સંખ્યામાં થયેલા વધારાને કારણે બાળકો કુટુંબથી જુદા રહે છે.

એક સમય એવો હતો કે જ્યારે કુટુંબ પછી પડોશીઓ વ્યક્તિના સુખ દુઃખમાં સાથ સહકાર આપતા હતા. પરંતુ આજના બદલાતા સંજોગોમાં લોકોની વિચારસરણીમાં પરિવર્તન થવા માંડ્યુ છે. આ બાબતને ધ્યાનમાં રાખીને પ્રસ્તુત અભ્યાસ હેઠળ વૃદ્ધ લાભાર્થીઓના ઘરના પડોશીઓ તેમની મદદ કરે છે કે નહીં તે તપાસવામાં આવ્યું છે. જેની વિસ્તૃત માહિતી નીચે મુજબ છે.

કોષ્ટક નં.૧.૪૮		
વૃદ્ધ લાભાર્થીઓના ઘરના પડોશીઓ મદદ કરે છે કે નહી તેની માહિતી દર્શાવતું કોષ્ટક		
વિગત	વૃદ્ધ લાભાર્થીઓની સંખ્યા	ટકાવારી
હા	૬૫	૫૦.૦
ના	૬૫	૫૦.૦
કુલ	૧૩૦	૧૦૦.૦૦
સ્રોત : પ્રાથમિક ક્ષેત્રકાર્ય દરમિયાન પ્રાપ્ત થયેલી માહિતી		

ઉપરોક્ત કોષ્ટકના આધારે કહી શકાય છે કે ૫૦.૦ ટકા લાભાર્થીઓના પડોશીઓ તેમની મદદ કરે છે. અને ૫૦.૦ ટકા લાભાર્થીઓના પડોશીઓ તેમની મદદ કરતા નથી.

પ્રસ્તુત અભ્યાસ હેઠળ વૃદ્ધ લાભાર્થીઓના ઘરના પડોશીઓ તેમની મદદ શા માટે નથી કરતા તે તપાસવામાં આવ્યું છે, જેની વિસ્તૃત માહિતી નીચે મુજબ છે.

કોષ્ટક નં.૧.૪૯		
પડોશીઓ મદદ શા માટે નથી કરતા તેનું કારણ દર્શાવતું કોષ્ટક		
વિગત	વૃદ્ધ લાભાર્થીઓની સંખ્યા	ટકાવારી
વારંવાર ઝઘડો થાય છે.	3	૨.૩
સંબંધો સારા નથી	૧	.૮
બીજી જ્ઞાતિના છે.	૧	.૮
આખો દિવસ કામમાં વ્યસ્ત રહે છે.	૧૦	૭.૭
સંપર્કો ઓછા છે.	3	૨.૩
પોતે નથી માંગતા	૨૭	૨૦.૮
તેઓ ગરીબ છે.	૨૦	૧૫.૩
લાગુ પડતું નથી	૬૫	૫૦.૦
કુલ	૧૩૦	૧૦૦.૦૦
સ્રોત : પ્રાથમિક ક્ષેત્રકાર્ય દરમિયાન પ્રાપ્ત થયેલી માહિતી		

ઉપરોક્ત કોષ્ટકના આધારે કહી શકાય છે કે ૨૦.૮ ટકા વૃદ્ધ લાભાર્થીઓના મતે તેઓ પોતે પડોશીની મદદ નથી માંગતા. ૧૫.૩ ટકા વૃદ્ધ લાભાર્થીઓના મતે તેમના પડોશીઓ ગરીબ હોવાને લીધે મદદ નથી કરતા. ૭.૭ ટકા

વૃદ્ધ લાભાર્થીઓના મતે તેમના પડોશીઓ આખો દિવસ કામમાં વ્યસ્ત રહે છે. ૨.૩ ટકા વૃદ્ધ લાભાર્થીઓના મતે તેમના પડોશીઓ જોડે ઓછા સંપર્કો હોવાને લીધે મદદ નથી કરતા.

પ્રસ્તુત અભ્યાસ હેઠળ વૃદ્ધ લાભાર્થીઓના સગાસંબંધીઓ તેમની મદદ કરે છે કે નહીં તે તપાસવામાં આવ્યું છે, જેની વિસ્તૃત માહિતી નીચે મુજબ છે.

કોષ્ટક નં.૧.૫૦		
વૃદ્ધ લાભાર્થીઓને સગા સંબંધીઓ તરફથી મદદ મળે છે કે નહિ તેની માહિતી દર્શાવતું કોષ્ટક		
વિગત	વૃદ્ધ લાભાર્થીઓની સંખ્યા	ટકાવારી
હા	૬૬	૫૦.૮
ના	૬૪	૪૯.૨
કુલ	૧૩૦	૧૦૦.૦૦
સ્ત્રોત : પ્રાથમિક ક્ષેત્રકાર્ય દરમિયાન પ્રાપ્ત થયેલી માહિતી		

ઉપરોક્ત કોષ્ટકના આધારે કહી શકાય છે કે ૫૦.૮ ટકા વૃદ્ધ લાભાર્થીઓને તેમના સગા સંબંધીઓ તરફથી મદદ મળે છે. અને ૪૯.૨ ટકા લાભાર્થીઓને તેમના સગાસંબંધીઓ તરફથી કોઈપણ પ્રકારની મદદ મળતી નથી.

પ્રસ્તુત અભ્યાસ હેઠળ વૃદ્ધ લાભાર્થીઓના સગાસંબંધીઓ તેમની મદદ શા માટે નથી કરતા તે તપાસવામાં આવ્યું છે. જેની વિસ્તૃત માહિતી નીચે મુજબ છે.

કોષ્ટક નં.૧.૫૧		
સગાસંબંધીઓ શા માટે મદદ નથી કરતા તેનું કારણ દર્શાવતું કોષ્ટક		
વિગત	વૃદ્ધ લાભાર્થીઓની સંખ્યા	ટકાવારી
વારંવાર ઝઘડો થાય છે.	૧	.૮
સંબંધો સારા નથી	૧	.૮
આખો દિવસ કામમાં વ્યસ્ત રહે છે.	૩	૨.૩
સંપર્કો ઓછા છે.	૩૫	૨૬.૯
પોતે નથી માંગતા	૨૧	૧૬.૨
તેઓ પોતે ગરીબ છે.	૩	૨.૩
લાગુ પડતું નથી	૬૬	૫૦.૮
કુલ	૧૩૦	૧૦૦.૦૦
સ્રોત : પ્રાથમિક ક્ષેત્રકાર્ય દરમિયાન પ્રાપ્ત થયેલી માહિતી		

ઉપરોક્ત કોષ્ટકના આધારે કહી શકાય છે કે ૨૬.૯ ટકા લાભાર્થીઓના તેમના સગાસંબંધીઓની સાથે સંપર્કો ઓછા હોવાને લીધે તેઓ મદદ નથી કરતા. મોટાભાગના

લાભાર્થીઓના જણાવ્યા અનુસાર આજના સમયમાં કોઈપણ કોઈની મદદ નથી કરતું. અમુક લાભાર્થીઓના જણાવ્યા અનુસાર તેમના સગાસંબંધીઓ પોતે ગરીબ છે. તેથી વધતી જતી મોંઘવારીના લીઘે વ્યક્તિ કોઈની મદદ કરી શકતું નથી.

પ્રસ્તુત અભ્યાસ હેઠળ વૃદ્ધ લાભાર્થીઓ માટે કામની તકો છે કે નહીં તે તપાસવામાં આવ્યું છે, જેની વિસ્તૃત માહિતી નીચે મુજબ છે.

કોષ્ટક નં.૧.૫૨		
લાભાર્થીઓ માટે કામની તકો છે કે નહિ તેની માહિતી દર્શાવતું કોષ્ટક		
વિગત	વૃદ્ધ લાભાર્થીઓની સંખ્યા	ટકાવારી
હા	૨	૧.૫
ના	૧૨૮	૯૮.૫
કુલ	૧૩૦	૧૦૦.૦૦
સ્રોત : પ્રાથમિક ક્ષેત્રકાર્ય દરમિયાન પ્રાપ્ત થયેલી માહિતી		

ઉપરોક્ત કોષ્ટકના આધારે કહી શકાય છે કે ૧.૫ ટકા લાભાર્થીઓના મતે તેમના માટે કામની તકો ઉપલબ્ધ છે અને ૯૮.૫ ટકા લાભાર્થીઓના મતે તેમના માટે કામની તકો નથી.

પ્રસ્તુત અભ્યાસ હેઠળ વૃદ્ધ લાભાર્થીઓ માટે કેવા પ્રકારના કામની તકો છે તે તપાસવામાં આવ્યું છે, જેની વિસ્તૃત માહિતી નીચે મુજબ છે.

કોષ્ટક નં.૧.૫૩		
વૃદ્ધ લાભાર્થીઓ માટે કેવા પ્રકારના કામની તકો છે તેની માહિતી દર્શાવતું કોષ્ટક		
વિગત	વૃદ્ધ લાભાર્થીઓની સંખ્યા	ટકાવારી
અગરબત્તી બનાવવાનું	૧	.૮
ભરત-ગૂંથણકામ	૧	.૮
લાગુ પડતું નથી	૧૨૮	૯૮.૪
કુલ	૧૩૦	૧૦૦.૦૦
સ્રોત : પ્રાથમિક ક્ષેત્રકાર્ય દરમિયાન પ્રાપ્ત થયેલી માહિતી		

ઉપરોક્ત કોષ્ટકના આધારે કહી શકાય છે કે ૦.૮ ટકા લાભાર્થીના મતે તેમના માટે અગરબત્તી બનાવવાનું કામની તક છે. ૦.૮ ટકા લાભાર્થીના મતે તેમના માટે ભરત-ગૂંથણકામની તક છે. અભ્યાસ દરમિયાન એવું જોવા મળ્યું છે કે માત્ર એક સ્ત્રી વૃદ્ધ એવી છે કે જેમની પાસે ભરતગૂંથણ કામનું કૌશલ્ય છે.

પ્રસ્તુત અભ્યાસ હેઠળ કોઈ સમાજસેવક વૃદ્ધ લાભાર્થીઓની મુલાકાતે આવે છે કે નહીં તે તપાસવામાં આવ્યું છે, જેની વિસ્તૃત માહિતી નીચે મુજબ છે.

કોષ્ટક નં.૧.૫૪		
કોઈ સમાજસેવક મુલાકાતે આવે છે કે નહિ તેની માહિતી દર્શાવતું કોષ્ટક		
વિગત	વૃદ્ધ લાભાર્થીઓની સંખ્યા	ટકાવારી
હા	૩	૨.૩
ના	૧૨૭	૯૭.૭
કુલ	૧૩૦	૧૦૦.૦૦
સ્રોત : પ્રાથમિક ક્ષેત્રકાર્ય દરમિયાન પ્રાપ્ત થયેલી માહિતી		

ઉપરોક્ત કોષ્ટકના આધારે કહી શકાય છે કે માત્ર ૨.૩ ટકા લાભાર્થીઓ એવા છે કે જેમની મુલાકાતે કોઈ સમાજસેવક આવે છે. વર્તમાન સમયમાં જરૂરી છે કે સમાજસેવક વૃદ્ધોની મુલાકાત લેવા આવે. તેમની સમસ્યાઓથી પરિચિત થાય અને તેના સંદર્ભમાં સરકાર વૃદ્ધોની જરૂરિયાતો પૂર્ણ કરવામાં મદદરૂપ થાય.

૯.૯ વૃદ્ધ લાભાર્થીઓના ખર્ચની માહિતી

વ્યક્તિને જીવન પસાર કરવા માટે અમુક જરૂરિયાતો પાછળ ખર્ચ કરવા પડે છે. પ્રસ્તુત અભ્યાસ હેઠળ વૃદ્ધ લાભાર્થીઓનો ભોજન, સ્વાસ્થ્ય, દાન-પૂણ્ય,

શિક્ષણ, સામાજિક ખર્ચ અને કરવેરા પાછળ જે ખર્ચ થાય છે તેની માહિતી મેળવવામાં આવી છે, જે નીચે મુજબ છે.

• વૃદ્ધ લાભાર્થીઓની ખર્ચવૃત્તિ અને તેમાં આવેલા

કોષ્ટક નં.૧.૫૫				
વૃદ્ધ લાભાર્થીઓનો હાલનો માસિક ખર્ચ દર્શાવતું કોષ્ટક				
વિગત	વિસ્તાર	ન્યૂનતમ ખર્ચ	મહત્તમ ખર્ચ	સરેરાશ ખર્ચ
ભોજન	૪૬૦૦	૪૦૦	૫૦૦૦	૨૪૫૦.૭૭
સ્વાસ્થ્ય	૧૦૦૦	૦	૧૦૦૦	૧૮૩.૮૪
દાન-પૂણ્ય	૨૦૦	૦	૨૦૦	૧૩.૮૪
શિક્ષણ	૧૦૦૦	૦	૧૦૦૦	૧૪૪.૬૧
સામાજિક ખર્ચ	૧૦૦૦	૦	૧૦૦૦	૫૯.૨૩
કરવેરા	૨૫૦૦	૦	૨૫૦૦	૫૨૧.૫૩
સ્રોત : પ્રાથમિક ક્ષેત્રકાર્ય દરમિયાન પ્રાપ્ત થયેલી માહિતી				

પરિવર્તનો

ઉપરોક્ત કોષ્ટકના આધારે કહી શકાય છે કે વૃદ્ધ લાભાર્થીઓનો હાલમાં ભોજન પાછળ માસિક સરેરાશ ખર્ચ રૂ. ૨૪૫૦.૭૭ થાય છે. સ્વાસ્થ્ય પાછળ માસિક સરેરાશ ખર્ચ રૂ. ૧૮૩.૮૪ થાય છે. દાન-પૂણ્ય પાછળ માસિક સરેરાશ ખર્ચ રૂ. ૧૩.૮૪ થાય છે. શિક્ષણ પાછળ માસિક સરેરાશ ખર્ચ રૂ. ૧૪૪.૬૧ થાય છે. સામાજિક ખર્ચ પાછળ માસિક સરેરાશ

ખર્ચ રૂ. ૫૯.૨૩ થાય છે. કરવેરા પાછળ માસિક સરેરાશ ખર્ચ રૂ.૫૨૧.૫૩ થાય છે.

કોષ્ટક નં.૧.૫૬				
વૃદ્ધ લાભાર્થીઓનો પેન્શન પહેલાનો માસિક ખર્ચ દર્શાવતું કોષ્ટક				
વિગત	વિસ્તાર	ન્યૂનતમ ખર્ચ	મહત્તમ ખર્ચ	સરેરાશ ખર્ચ
ભોજન	૪૦૦૦	૧૦૦૦	૫૦૦૦	૨૫૮૮.૪૬
સ્વાસ્થ્ય	૧૦૦૦	૦	૧૦૦૦	૧૮૦.૭૭
દાનપૂણ્ય	૫૦૦	૦	૫૦૦	૨૪.૮૪
શિક્ષણ	૧૦૦૦	૦	૧૦૦૦	૧૪૮.૪૬
સામાજિક ખર્ચ	૨૦૦૦	૦	૨૦૦૦	૭૯.૨૩
કરવેરા	3000	૦	3000	૫૩૫.૭૬
સ્રોત : પ્રાથમિક ક્ષેત્રકાર્ય દરમિયાન પ્રાપ્ત થયેલી માહિતી				

ઉપરોક્ત કોષ્ટકના આધારે કહી શકાય છે કે વૃદ્ધ લાભાર્થીને પેન્શન મળવાની શરૂઆત થઈ તે પહેલા ભોજન પાછળ સરેરાશ ખર્ચ રૂ.૨૫૮૮.૪૬ થતો હતો. સ્વાસ્થ્ય પાછળ રૂ.૧૮૦.૭૭ થતો હતો. દાન-પૂણ્ય પાછળ રૂ.૨૪.૮૪ ખર્ચ થતો હતો. શિક્ષણ પાછળ રૂ. ૧૪૮ ખર્ચ થતો હતો. સામાજિક ખર્ચ પાછળ રૂ.૭૯.૨૩ અને કરવેરા પાછળ રૂ.૫૩૫.૭૬ ખર્ચ થતો હતો.

• લાભાર્થીઓનો હાલનું અને પેન્શન પહેલાના ખર્ચનો તુલનાત્મક અભ્યાસ

પ્રસ્તુત અભ્યાસ હેઠળ વૃદ્ધ લાભાર્થીઓનો હાલમાં અને પેન્શન પહેલા ભોજન, સ્વાસ્થ્ય, દાનપૂણ્ય, શિક્ષણ, સામાજિક ખર્ચ, કરવેરા પાછળ માસિક જે ખર્ચ થતો હતો. તેની તુલના કરવામાં આવી છે. જેની માહિતી નીચે મુજબ છે.

કોષ્ટક નં.૧.૫૭ વૃદ્ધ લાભાર્થીઓનો હાલનો અને પેન્શન પહેલાના ખર્ચની માહિતી દર્શાવતું કોષ્ટક		
વિગત	હાલનો ખર્ચ	પેન્શન પહેલાનો ખર્ચ
ભોજન	૨૪૫૦.૭૬	૨૫૮૮.૪૬
સ્વાસ્થ્ય	૧૮૩.૮૪	૧૮૦.૭૬
દાન-પૂણ્ય	૧૩.૮૪	૨૪.૮૪
શિક્ષણ	૧૪૪.૬૧	૧૪૮.૪૬
સામાજિક ખર્ચ	૫૯.૨૩	૭૯.૨૩
કરવેરા	૫૨૧.૫૩	૫૩૫.૭૬

આલેખ નં.૧.૬

વૃદ્ધ લાભાર્થીઓનો હાલનો અને પેન્શન પહેલાના ખર્ચની માહિતી દર્શાવતો આલેખ

ઉપરોક્ત કોષ્ટક અને આલેખના આધારે કહી શકાય છે કે વૃદ્ધ લાભાર્થીઓનો ભોજન પાછળ સરેરાશ માસિક ખર્ચ પેન્શન પહેલા વધારે હતું. વૃદ્ધોના જણાવ્યા અનુસાર પેન્શન પહેલા તેમનામાં કાર્ય કરવાની શક્તિ વધારે હતી. તેથી ભોજન પાછળ વધારે ખર્ચ થતું હતું. પરંતુ હાલમાં તેમની શારીરિક શક્તિ ઘટી ગઈ છે. જેનાથી ભોજન પાછળ ઓછું ખર્ચ થાય છે. વૃદ્ધોનું સ્વાસ્થ્ય પાછળ વર્તમાનમાં સરેરાશ વધારે ખર્ચ થાય છે. દાન-પૂણ્ય પાછળ પેન્શન પહેલા વધારે ખર્ચ થતું હતું. શિક્ષણ પાછળનું ખર્ચ પેન્શન પહેલા વધારે હતું. હાલમાં મોટાભાગના લાભાર્થીઓના સંતાનો શૈક્ષણિક પ્રવૃત્તિ સાથે સંકળાયેલા નથી. તેથી તેમનો શિક્ષણ પાછળ ઓછો ખર્ચ થાય છે. તેમના પૌત્ર-પૌત્રીના શિક્ષણનો ખર્ચ મોટાભાગે લાભાર્થીઓના દીકરાઓ ઉપાડે છે. તેથી શિક્ષણ પાછળનું ખર્ચ ઓછું છે. વૃદ્ધ

લાભાર્થીઓનો સામાજિક ખર્ચ પેન્શન પહેલા વધારે હતું. તે હાલમાં ઓછો થઈ ગયો છે. કરવેરા પાછળનો ખર્ચ પેન્શન પહેલા વધારે હતો. તે હાલમાં ઓછો થઈ ગયો છે. વૃદ્ધ લાભાર્થીઓના જણાવ્યા અનુસાર પહેલા સંયુક્ત કુટુંબમાં તેઓ રહેતા હતા. તેથી કરવેરા વધારે પ્રમાણમાં ભરવો પડતો હતો. પરંતુ હાલમાં તેઓ વિભક્ત કુટુંબમાં અથવા તે એકલા રહે છે. જેનાથી તેમને કરવેરા ઓછો ભરવો પડે છે.

• શિક્ષણ અને સ્વાસ્થ્ય વચ્ચે સંબંધ

સામાન્યતઃ એવું કહેવાય છે કે શિક્ષિત વ્યક્તિઓ સ્વાસ્થ્ય પ્રત્યે વધારે જાગૃત હોય છે. અશિક્ષિત વ્યક્તિઓ કરતા શિક્ષિત વ્યક્તિઓ સ્વાસ્થ્યની વધારે સંભાળ રાખે છે અને સ્વાસ્થ્ય પાછળ વધારે ખર્ચ કરે છે. પ્રસ્તુત અભ્યાસ હેઠળ વૃદ્ધ પેન્શન યોજનાના અશિક્ષિત અને શિક્ષિત લાભાર્થીઓ સ્વાસ્થ્ય પાછળ જે ખર્ચ કરે છે. તેની વચ્ચે સંબંધ કે નહિ તે તપાસવામાં આવ્યો છે.

કોષ્ટક નં.૧.૫૮			
વૃદ્ધ લાભાર્થીઓમાં શિક્ષણનું પ્રમાણ અને હાલમાં સ્વાસ્થ્ય પાછળ કરાતા ખર્ચ વચ્ચે સંબંધ દર્શાવતું કોષ્ટક			
હાલમાં સ્વાસ્થ્ય પાછળનો માસિક ખર્ચ	ઉત્તરદાતાનું શિક્ષણ		કુલ
	અશિક્ષિત	શિક્ષિત	
0	૫૬	૧૮	૭૪

(ટકા)	૬૫.૯	૪૦.૦	૫૬.૯
૧ થી ૫૦૦	૨૭	૨૩	૫૦
(ટકા)	૩૧.૮	૫૧.૧	૩૮.૫
૫૦૧ થી વધારે	૨	૪	૬
(ટકા)	૨.૪	૮.૯	૪.૬
કુલ	૮૫	૪૫	૧૩૦
(ટકા)	૧૦૦.૦	૧૦૦.૦	૧૦૦.૦
સ્રોત : પ્રાથમિક ક્ષેત્રકાર્ય દરમ્યાન પ્રાપ્ત કરેલી માહિતીના આધારે			

ઉપરોક્ત કોષ્ટક પ્રમાણે ૬૫.૯ ટકા અશિક્ષિત લાભાર્થીઓ હાલમાં સ્વાસ્થ્ય પાછળ ૦ ખર્ચ કરે છે. ૩૧.૮ ટકા અશિક્ષિત લાભાર્થીઓ હાલમાં સ્વાસ્થ્ય પાછળ રૂ.૧ થી ૫૦૦ની વચ્ચે અને ૨.૪ ટકા અશિક્ષિત લાભાર્થીઓ રૂ.૫૦૧ થી વધારે ખર્ચ કરે છે. બીજી તરફ ૫૬.૯ ટકા શિક્ષિત લાભાર્થીઓ હાલમાં સ્વાસ્થ્ય પાછળ ૦ ખર્ચ, ૩૮.૫ ટકા શિક્ષિત લાભાર્થીઓ રૂ.૧ થી ૫૦૦ની વચ્ચે અને ૯.૯ ટકા શિક્ષિત લાભાર્થીઓ રૂ.૧૦૦૧થી વધારે હાલમાં સ્વાસ્થ્ય પાછળ ખર્ચ કરે છે. અભ્યાસના આધારે કહી શકાય છે કે અશિક્ષિત લાભાર્થીઓ કરતા શિક્ષિત લાભાર્થીઓ સ્વાસ્થ્ય પાછળ વધારે ખર્ચ કરે છે.

પ્રસ્તુત અભ્યાસમાં શિક્ષણના પ્રમાણ અને હાલમાં સ્વાસ્થ્ય પાછળ કરાતા ખર્ચના સંબંધો વચ્ચે આંકડાશાસ્ત્રીય

સાર્થક સંબંધ છે કે નહિ તે તપાસવા માટે x^2 પરીક્ષણ કરવામાં આવ્યું છે. અને નીચે મુજબની પરિકલ્પના ચકાસવામાં આવી છે.

H_0 : શિક્ષણના પ્રમાણ અને હાલમાં સ્વાસ્થ્ય પાછળ કરાતા ખર્ચ વચ્ચે કોઈ સંબંધ નથી. H_1 : શિક્ષણના પ્રમાણ અને હાલમાં સ્વાસ્થ્ય પાછળ કરાતા ખર્ચ વચ્ચે સાર્થક સંબંધ છે.

x^2 પરીક્ષણ દ્વારા શિક્ષણના પ્રમાણ અને હાલમાં સ્વાસ્થ્ય પાછળ કરાતા ખર્ચ વચ્ચેના સંબંધ તપાસતા નીચે મુજબનું પરિણામ પ્રાપ્ત થયું છે.

Chi square Tests

	Valua	Df	Asymp.sig. (૨-Sided)
Pearson Chi-square	૯.૦૪૯[a]	૨	.૦૧૧
Likehood Ratio	૮.૯૬૭	૨	.૦૧૧
Linear by linear Association	૮.૯૭૮	૧	0.003
N of Valid cases	૧૩૦		

a.2 cells (33.3%) have expected count less than 5. The minimum expected count. Is 2.08

પ્રસ્તુત x^2 પરીક્ષણનું મૂલ્ય ૯.૦૪૯ જેટલું જોવા મળે છે. અને તેની સાર્થકતાનું મૂલ્યફ 0.૦૧૧ જેટલું છે. જે 0.૦૧

કરતા વધુ અને 0.0૫ કરતા ઓછું છે. જે ૯૫ ટકાની સાર્થકતાની કક્ષાએ નિરાકરણીય પરિકલ્પના (H0) નો અસ્વીકાર થાય છે. અર્થાત્ શિક્ષણના પ્રમાણ અને હાલમાં સ્વાસ્થ્ય પાછળ કરાતા ખર્ચ વચ્ચે સાર્થક સંબંધ છે.

પ્રસ્તુત અભ્યાસમાં બંને પરિબળો વચ્ચેની સંબંધની ધનિષ્ટતાની તપાસ કરવા માટે કેમર-વી માપદંડનો ઉપયોગ કર્યો છે જે નીચેના કોષ્ટકમાં દર્શાવ્યું છે.

Symmetric Measures

		Value	Apprux.sig
Naminal by Nominal	**Phi**	.૨૬૪	.૦૧૧
	Cramer's v	.૨૬૪	.૦૧૧
N of Vadid Cases		૧૩૦	

ઉપરોક્ત કોષ્ટકનો અભ્યાસ કરતા જણાય છે કે કેમર વીનું મૂલ્ય ૦.૨૬૪ જેટલું પ્રાપ્ત થયું છે. સાર્થકતા મૂલ્ય ૦.૦૧૧ જેટલું છે, જે દર્શાવે છે કે ઉપરોક્ત બંને પરિબળો વચ્ચે અંશતઃ ધન સહસંબંધ છે.

૯.૧૦ વૃદ્ધ લાભાર્થીઓના દેવા અને બચતની માહિતી

- **વૃદ્ધ લાભાર્થીઓના દેવાની માહિતી**

વ્યક્તિ માટે જ્યારે આવકના સ્રોતો જીવનનિર્વાહ માટે પૂરતા ન હોય ત્યારે વ્યક્તિને અન્યની મદદ લેવી પડે છે.

આવા સંજોગોમાં વ્યક્તિને દેવું કરવું પડે છે. પ્રસ્તુત અભ્યાસ હેઠળ વૃદ્ધ લાભાર્થીઓની દેવાની માહિતી મેળવવાનો પ્રયત્ન કરવામાં આવ્યો છે. જે નીચે મુજબ છે.

કોષ્ટક નં.૧.૫૯		
વૃદ્ધ લાભાર્થીઓના દેવાની માહિતી દર્શાવતું કોષ્ટક		
દેવું કર્યું છે ?	વૃદ્ધ લાભાર્થીઓની સંખ્યા	ટકાવારી
હા	૯	૬.૯
ના	૧૨૧	૯૩.૧
કુલ	૧૩૦	૧૦૦.૦૦
સ્ત્રોત : પ્રાથમિક ક્ષેત્રકાર્ય દરમિયાન પ્રાપ્ત થયેલી માહિતી		

ઉપરોક્ત કોષ્ટકના આધારે કહી શકાય છે કે ૬.૯ ટકા વૃદ્ધ લાભાર્થીઓએ દેવું કર્યું છે.આવકનું પ્રમાણ ઓછું હોવા છતાં દેવાનું પ્રમાણ ઓછું જોવા મળ્યું છે જે એક રીતે સારી બાબત કહેવાય. પરંતુ તેમની અન્ય આવકના સ્ત્રોત ન હોવાના કારણે તેઓને કોઈ નાણાં ધીરવા માટે તૈયાર થતા નથી.

કોષ્ટક નં.૧.૬૦				
વૃદ્ધ લાભાર્થીઓનો હાલનો અને પેન્શન પહેલાના દેવાની માહિતી દર્શાવતું કોષ્ટક				
વિગત	વિસ્તાર	ન્યૂનતમ દેવું	મહત્તમ દેવું	સરેરાશ દેવું

હાલનું દેવું	૨૦૦૦૦૦	૦	૨૦૦૦૦૦	૫૦૭૬.૯૨
પેન્શન પહેલાનું દેવું	૨૦૦૦૦૦	૦	૨૦૦૦૦૦	૫૩૦૭.૬૯
સ્રોત : પ્રાથમિક ક્ષેત્રકાર્ય દરમિયાન પ્રાપ્ત થયેલી માહિતી				

ઉપરોક્ત કોષ્ટકના આધારે કહી શકાય છે કે વૃદ્ધ લાભાર્થીઓનું પેન્શન પહેલાનું સરેરાશ દેવું હાલના દેવું કરતા વધારે હતું. મોટાભાગના વૃદ્ધોના જણાવ્યા અનુસાર તેઓ કૌટુંબિક જરૂરિયાતોને પૂર્ણ કરવા માટે દેવું કર્યું હતું.

પ્રસ્તુત અભ્યાસમાં પેન્શન પછી અને પેન્શન પહેલા લાભાર્થીઓના દેવામાં કોઈ ફેરફાર થયા છે કે નહિ તેનો અભ્યાસ કરવામાં આવ્યો છે. અત્રે પેન્શન પછી અને પેન્શન પહેલા લાભાર્થીઓના દેવામાં આંકડાશાસ્ત્રીય સાર્થક તફાવત જોવા મળ્યો છે કે નહિ તે માટે નીચે મુજબની પરિકલ્પના ચકાસવામાં આવી છે.

Ho : પેન્શન પછી અને પેન્શન પહેલા લાભાર્થીઓના દેવામાં કોઈ તફાવત નથી.

H₁ : પેન્શન પછી અને પેન્શન પહેલા લાભાર્થીઓના દેવામાં સાર્થક તફાવત છે.

અત્રે વૃદ્ધ પેન્શન પછી અને વૃદ્ધ પેન્શન પહેલા લાભાર્થીઓના દેવામાં તફાવત છે કે નહિ તે તપાસવા માટે

Paired sample t-test નો ઉપયોગ કરતા નીચે મુજબનું પરિણામ પ્રાપ્ત થયું છે.

વિગત	Mean	N	Std.Deviation	Std.Errer Mean
પેન્શન પછીનું દેવું	૫૦૭૬.૯૨	૧૩૦	૨૩૧૬૯.૨૮૪	૨૦૩૧.૦૮૧
પેન્શન પહેલાનું દેવું	૫૩૦૭.૬૯	૧૩૦	૨૩૩૬૭.૨૫૫	૨૦૪૯.૪૪૪

Paired Samples Correlations

વિગત	N	Correlation	Sign.
પેન્શન પછી અને પેન્શન પહેલાનું દેવું	૧૩૦	.૯૯૪	.૦૦૦

Paired Sample Test

	Paired Difference							
				૯૫% Confidence Interal of the Difference				
	Mean	Std.Deviation	Std. Error Mean	Lower	Upper	t	Df	Sig (૨-tails)
પેન્શન પછી અને પેન્શન પહેલાનું દેવું	-૨૩૦.૭૬	૨૬૩૧.૧૭૪	૨૩૦.૭૬૯૨3	-૬૮૭૩.૫૨	૨૨૫.૮૧૩	-૧.૦૦	૧૨૯	.૩૧૯

પ્રસ્તુત કોષ્ટક પ્રમાણે t પરીક્ષણનું મૂલ્ય -૧.000 છે અને સાર્થકતાનું મૂલ્ય 0.૩૧૯ છે. જે 0.0૧ અને 0.0૫ કરતા વધારે છે. જ્યાં નિરાકરણીય પરિકલ્પના (Ho) નો સ્વીકાર થાય છે.

અર્થાત્ પેન્શન પછી અને પેન્શન પહેલા લાભાર્થીઓના દેવામાં કોઈ આંકડાશાસ્ત્રીય સાર્થક તફાવત નથી એવું પ્રસ્તુત પરિણામ દર્શાવે છે.

- **બચતની માહિતી**

ભવિષ્યની અનિશ્ચિતતા સામે રક્ષણ આપતું સ્રોત બચત છે. બચત વ્યક્તિને અણધારી આપત્તિઓ સામે રક્ષણ આપે છે. પ્રસ્તુત અભ્યાસ હેઠળ વૃદ્ધ લાભાર્થીઓની બચત અંગેની માહિતી મેળવવાનો પ્રયત્ન કરવામાં આવ્યો છે. જેની માહિતી નીચે મુજબ છે.

કોષ્ટક નં.૧.૬૧

વૃદ્ધ લાભાર્થીઓની બચતની માહિતી દર્શાવતું કોષ્ટક

બચત કરો છો ?	વૃદ્ધ લાભાર્થીઓની સંખ્યા	ટકાવારી
હા	૨૬	૨૦.૦
ના	૧૦૪	૮૦.૦
કુલ	૧૩૦	૧૦૦.૦૦

સ્રોત : પ્રાથમિક ક્ષેત્રકાર્ય દરમિયાન પ્રાપ્ત થયેલી માહિતી

ઉપરોક્ત કોષ્ટકના આધારે કહી શકાય છે કે ૨૦.૦ ટકા વૃદ્ધ લાભાર્થીઓ બચત કરે છે. મોટાભાગના લાભાર્થીઓના જણાવ્યા અનુસાર તેમની આવક ઓછી હોવાને લીધે તેઓ બચત કરી શકતા નથી.

કોષ્ટક નં.૧.૬૨
વૃદ્ધ લાભાર્થીઓની હાલની અને પેન્શન પહેલાની બચતની માહિતી દર્શાવતું કોષ્ટક

વિગત	વિસ્તાર	ન્યૂનતમ બચત	મહત્તમ બચત	સરેરાશ બચત
હાલની બચત	૨૦,૦૦૦	૦	૨૦૦૦૦	૭૨૩.૦૭
પેન્શન પહેલાની બચત	૧૦,૦૦૦	૦	૧૦,૦૦૦	૮૧૧.૫૩

સ્રોત : પ્રાથમિક ક્ષેત્રકાર્ય દરમિયાન પ્રાપ્ત થયેલી માહિતી

ઉપરોક્ત કોષ્ટકના આધારે કહી શકાય છે કે વૃદ્ધોની પેન્શન પહેલાની સરેરાશ બચત હાલની બચત કરતા વધારે હતી. વૃદ્ધ લાભાર્થીઓના જણાવ્યા અનુસાર તેમની આવક પહેલા વધારે હતી. જેનાથી વધારે બચત થતી હતી.

પરંતુ હાલમાં તેઓની કામ કરવાની શારીરિક શક્તિ ઓછી હોવાને કારણે આવક પણ ઓછી મળે છે. જેનાથી બચત પણ ઓછી થાય છે.

પ્રસ્તુત અભ્યાસમાં વૃદ્ધ પેન્શન પછી અને પેન્શન પહેલા લાભાર્થીઓની બચતમાં કોઈ ફેરફાર થયા છે કે નહિ તેનો અભ્યાસ કરવામાં આવ્યો છે. અત્રે પેન્શન પછી અને પેન્શન પહેલા લાભાર્થીઓની બચતમાં આંકડાશાસ્ત્રીય સાર્થક તફાવત જોવા મળ્યો છે કે નહિ તે માટે નીચે મુજબની પરિકલ્પના ચકાસવામાં આવી છે.

H0 : પેન્શન પછી અને પેન્શન પહેલા લાભાર્થીઓની બચતમાં કોઈ તફાવત નથી.

H1 : પેન્શન પછી અને પેન્શન પહેલા લાભાર્થીઓની બચતમાં સાર્થક તફાવત છે.

અત્રે વૃદ્ધ પેન્શન પછી અને વૃદ્ધ પેન્શન પહેલા લાભાર્થીઓની બચતમાં તફાવત છે કે નહિ તે તપાસવા માટે Paired sample t-test નો ઉપયોગ કરતા નીચે મુજબનું પરિણામ પ્રાપ્ત થયું છે.

વિગત	Mean	N	Std.Deviation	Std.Errer Mean
પેન્શન પછીની બચત	૭૨૩.૦૭૬	૧૩૦	૨૩૬૯.૯૧૯	૨૦૭.૮૫૫

પેન્શન પહેલાની બચત	૮૧૧.૫૩૮	૧૩૦	૨૧૩૭.૯૪૨	૧૮૭.૫૦૯

Paired Samples Correlations

વિગત	N	Correlation	Sign.
પેન્શન પછી અને પેન્શન પહેલાની બચત	૧૩૦	.૮૫૧	.000

Paired Sample Test

	Paired Difference							
				૯૫% Confidence Interal of the Difference				
	Mean	Std.Deviation	Std. Error Mean	Lower	Upper	t	Df	Sig (૨-tails)
પેન્શન પછી અને પહેલાની બચત	૯૮૮.૪૬૧	૧૨૫૨.૦૭૬	૧૦૯.૮૧૪	-૩૦૫.૭૩૨	૧૨૮.૮૦૮	-૦.૦૮૦૬	૧૨૯	.૪૨૨

પ્રસ્તુત કોષ્ટક પ્રમાણે t પરીક્ષણનું મૂલ્ય -૦.૮૦૬ છે અને સાર્થકતાનું મૂલ્ય ૦.૪૨૨ છે જે ૦.૦૧ અને ૦.૦૫ કરતા વધારે છે. જ્યાં નિરાકરણીય પરિકલ્પના (Ho) નો સ્વીકાર થાય છે. અર્થાત્ પેન્શન પછી અને પેન્શન પહેલા લાભાર્થીઓની બચતમાં કોઈ આંકડાશાસ્ત્રીય સાર્થક તફાવત નથી, એવું પ્રસ્તુત પરિણામ દર્શાવે છે.

૯.૧૧ વૃદ્ધ લાભાર્થી અને યોજના વિશેની માહિતી

સરકાર દ્વારા વૃદ્ધોને આર્થિક સહાય આપવાના હેતુથી નિરાધાર વૃદ્ધ પેન્શન યોજનાની શરૂઆત કરવામાં આવી છે. આ યોજનાનો લાભ વૃદ્ધોને ત્યારે મળી શકે છે કે જ્યારે વૃદ્ધોને પેન્શન યોજના વિશેની સંપૂર્ણ માહિતી હોય. પ્રસ્તુત અભ્યાસ હેઠળ વૃદ્ધોને સામાજિક સલામતીની યોજના વિશે જાણકારી છે કે નહિ તે તપાસવાનો પ્રયત્ન કરવામાં આવ્યો છે.

કોષ્ટક નં.૧.૬૩		
વૃદ્ધ લાભાર્થીઓને સામાજિક સલામતીની યોજના વિશે જાણકારી છે કે નહિ તેની માહિતી દર્શાવતું કોષ્ટક		
વિગત	વૃદ્ધ લાભાર્થીઓની સંખ્યા	ટકાવારી
હા	૪૨	૩૨.૩
ના	૮૮	૬૭.૭
કુલ	૧૩૦	૧૦૦.૦૦
સ્રોત : પ્રાથમિક ક્ષેત્રકાર્ય દરમિયાન પ્રાપ્ત થયેલી માહિતી		

ઉપરોક્ત કોષ્ટકના આધારે કહી શકાય છે કે ૩૨.૩ ટકા લાભાર્થીઓને સામાજિક સલામતીની યોજના વિશે સંપૂર્ણ જાણકારી છે. જ્યારે ૬૭.૭ ટકા લાભાર્થીઓને યોજના વિશે પૂરતી જાણકારી નથી. પરંતુ અન્ય સમાજના વ્યક્તિ,

સગાસંબંધી, ગામના અગ્રણી વ્યક્તિઓ તરફથી તેમને આ લાભો આપવામાં આવ્યા છે.

કોષ્ટક નં.૧.૬૪

લાભાર્થીઓને પેન્શન વિશેની જાણકારી જેમના દ્વારા મળી તેની માહિતી દર્શાવતું કોષ્ટક

વિગત	વૃદ્ધ લાભાર્થીઓની સંખ્યા	ટકાવારી
તલાટી દ્વારા	૨	૧.૫
ધારાસભ્ય/તાલુકા/જિલ્લા સભ્ય દ્વારા	૫૬	૪૩.૧
સગાસંબંધીઓ	૪	૩.૧
કુટુંબના સભ્યો દ્વારા	૧૨	૯.૨
પડોશીઓ દ્વારા	૯૮	૩૬.૯
ગ્રામ સેવક દ્વારા	૧	.૮
આંગણવાડી દ્વારા	૧	.૮
ગરીબ કલ્યાણ દ્વારા	૪	૩.૧
શહેરી સ્વાસ્થ્ય કેન્દ્ર દ્વારા	૨	૧.૫
કુલ	૧૩૦	૧૦૦.૦૦

સ્રોત : પ્રાથમિક ક્ષેત્રકાર્ય દરમિયાન પ્રાપ્ત થયેલી માહિતી

ઉપરોક્ત કોષ્ટકના આધારે કહી શકાય છે કે ૪૩.૧ ટકા લાભાર્થીઓને વૃદ્ધ પેન્શનની માહિતી ધારા/તાલુકા/જિલ્લા

સભ્ય દ્વારા મળી હતી. ૩૬.૯ ટકા લાભાર્થીઓને વૃદ્ધ પેન્શનની માહિતી પડોશીઓ દ્વારા માહિતી મળી હતી. ૯.૨ ટકા લાભાર્થીઓને કુટુંબના સભ્યો દ્વારા માહિતી મળી હતી. ૩.૧ લાભાર્થીઓને સગાસંબંધીઓ દ્વારા, ૩.૧ લાભાર્થીઓને ગરીબ કલ્યાણ મેળા દ્વારા માહિતી મળી હતી. ૧.૫ ટકા લાભાર્થીઓને શહેરી સ્વાસ્થ્ય કેન્દ્ર દ્વારા માહિતી મળી હતી. ૦.૮ ટકા લાભાર્થીઓને ગ્રામસેવક દ્વારા અને ૦.૮ ટકા લાભાર્થીઓને આંગણવાડી દ્વારા વૃદ્ધ પેન્શન યોજનાની માહિતી મળી હતી.

કોષ્ટક નં.૧.૬૫		
યોજનાનું ફોર્મ લેવા અને આપવા પોતે ગયા હતા કે નહિ તેની માહિતી દર્શાવતું કોષ્ટક		
વિગત	વૃદ્ધ લાભાર્થીઓની સંખ્યા	ટકાવારી
હા	૯૧	૭૦.૦
ના	૩૯	૩૦.૦
કુલ	૧૩૦	૧૦૦.૦૦
સ્ત્રોત : પ્રાથમિક ક્ષેત્રકાર્ય દરમિયાન પ્રાપ્ત થયેલી માહિતી		

ઉપરોક્ત કોષ્ટકના આધારે કહી શકાય છે કે ૭૦.૦ ટકા વૃદ્ધો યોજનાનું ફોર્મ લેવા અને આપવા પોતે ગયા હતા. જ્યારે ૩૦.૦ ટકા વૃદ્ધો યોજનાનું ફોર્મ લેવા અને આપવા પોતે ગયા ન હતા. બીજા કોઈએ એમનું ફોર્મ

ભરીને આપ્યું હતું. અભ્યાસ દરમિયાન એવું જોવા મળ્યું હતું કે કેટલાક વૃદ્ધો એવા હતા કે જેઓ પેન્શન માટે હકદાર હતા. તેમ છતાં પેન્શન મેળવવાની પ્રક્રિયા લાંબી હોવાને લીધે તેઓ પેન્શન મેળવી શકતા ન હતા. તેથી તેમના મતે સરકારને વૃદ્ધો માટે અલગથી વ્યવસ્થા કરવી જોઈએ. સરકારી કર્મચારીઓ ઘર આવીને ફોર્મ ભરાવી જાય તેવી વ્યવસ્થા કરવી જોઈએ.

પ્રસ્તુત અભ્યાસ હેઠળ વૃદ્ધ પેન્શન યોજનાનો ફોર્મ લેવા અને આપવા કોણ ગયા હતા તેની માહિતી મેળવવામાં આવી છે, જે નીચે મુજબ છે.

કોષ્ટક નં.૧.૬૬		
યોજનાનો ફોર્મ લેવા અને આપવા કોણ ગયા હતા તેની માહિતી દર્શાવતું કોષ્ટક		
વિગત	વૃદ્ધ લાભાર્થીઓની સંખ્યા	ટકાવારી
કુટુંબના સભ્યો	૨૮	૨૧.૫
સગાસંબંધીઓ	૫	૩.૮
પડોશીઓ	૪	૩.૧
સરકારી સભ્યો	૨	૧.૫
લાગુ પડતું નથી	૯૧	૭૦.૦
કુલ	૧૩૦	૧૦૦.૦૦
સ્રોત : પ્રાથમિક ક્ષેત્રકાર્ય દરમિયાન પ્રાપ્ત થયેલી માહિતી		

ઉપરોક્ત કોષ્ટકના આધારે કહી શકાય છે કે ૨૧.૫ ટકા લાભાર્થીઓના યોજનાનું ફોર્મ કુટુંબના સભ્યો લેવા અને આપવા ગયા હતા. ૩.૮ ટકા લાભાર્થીઓના સગાસંબંધીઓ, ૩.૧ ટકા લાભાર્થીઓના પડોશીઓ અને ૧.૫ ટકા લાભાર્થીના ફોર્મ સરકારી સભ્યો લેવા અને આપવા ગયા હતા.

• **વૃદ્ધોને કેટલા વર્ષથી પેન્શન મળે છે તેની માહિતી**

નિરાધાર વૃદ્ધ પેન્શન યોજનાનો લાભ ૬૦ વર્ષ કરતા વધારે ઉંમરના વૃદ્ધોને મળે છે કે જેમના આવકના સ્રોતો જીવનનિર્વાહ માટે પૂરતા ન હોય. અભ્યાસ હેઠળ લાભાર્થીઓને કેટલા વર્ષથી પેન્શન યોજનાનો લાભ મળે છે તે તપાસવાનું પ્રયત્ન કરવામાં આવ્યો છે, જેની માહિતી નીચે મુજબ છે.

કોષ્ટક નં.૧.૬૭		
વૃદ્ધ લાભાર્થીઓને જેટલા વર્ષથી પેન્શન મળે છે તેની માહિતી દર્શાવતું કોષ્ટક		
વિગત	વૃદ્ધ લાભાર્થીઓની સંખ્યા	ટકાવારી
૦ થી ૧	૩૫	૨૬.૯
૧.૧ થી ૫	૭૬	૫૮.૮
૫.૧ થી ૧૦	૧૭	૧૩.૧
૧૦.૧થી વધારે વર્ષ	૨	૧.૫
કુલ	૧૩૦	૧૦૦.૦૦

સ્રોત : પ્રાથમિક ક્ષેત્રકાર્ય દરમિયાન પ્રાપ્ત થયેલી માહિતી

આલેખ નં.૧.૭

વૃદ્ધ લાભાર્થીઓને જેટલા વર્ષથી પેન્શન મળે છે તેની માહિતી દર્શાવતો આલેખ

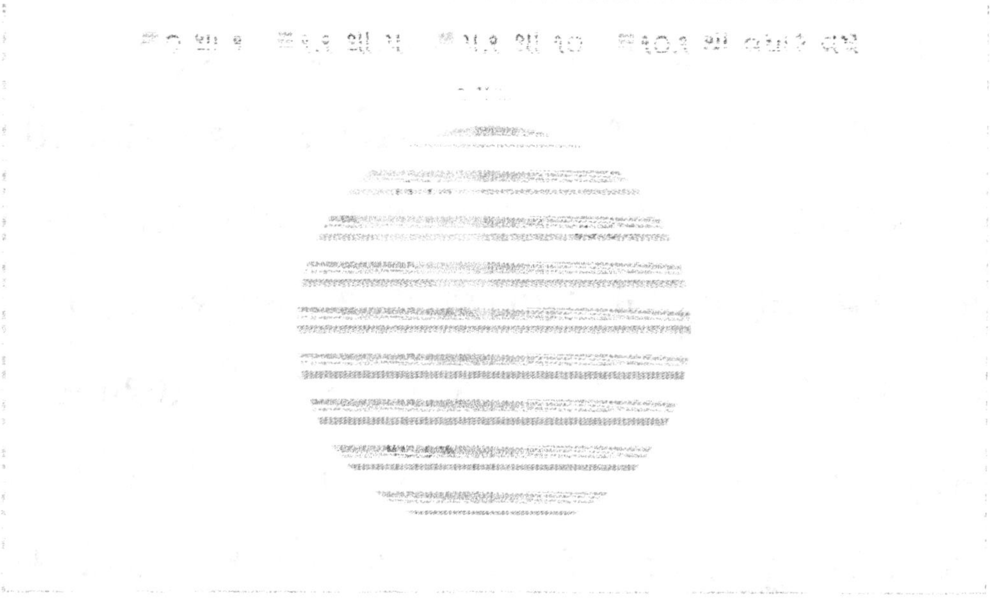

ઉપરોક્ત કોષ્ટક અને આલેખના આધારે કહી શકાય છે કે ૨૬.૯ ટકા લાભાર્થીઓને ૦ થી ૧ વર્ષની વચ્ચેથી પેન્શન મળે છે. ૫૮.૫ ટકા લાભાર્થીઓને ૧.૧ થી ૫ વર્ષની વચ્ચેથી પેન્શન મળે છે. ૧૩.૧ ટકા લાભાર્થીઓને ૫.૧ થી ૧૦ વર્ષની વચ્ચેથી પેન્શન મળે છે. ૧.૫ ટકા લાભાર્થીઓને ૧૦.૧ કરતા વધારે વર્ષથી પેન્શન મળે છે.

પ્રસ્તુત અભ્યાસ દ્વારા વૃદ્ધ પેન્શન યોજના હેઠળ વૃદ્ધોને દર મહિને કેટલી સહાય મળે છે તેની માહિતી મેળવવામાં આવી છે. ક્ષેત્રકાર્ય દરમ્યાન જાણવા મળ્યું કે

લાભાર્થીઓને દર મહિને રૂ.૪૦૦ની સહાય આપવામાં આવે છે. પ્રાથમિક ક્ષેત્રકાર્ય દરમિયાન એવું જોવા મળ્યું હતું કે વૃદ્ધ લાભાર્થીઓ માટે પેન્શનની રકમ અપૂરતી છે. વૃદ્ધ લાભાર્થીઓએ પેન્શન વધારાની માંગણી કરે છે. કેટલા લાભાર્થીઓ પૂર્ણ રૂપથી પેન્શન ઉપર જ આધાર રાખે છે. તેથી પેન્શનની રકમ વૃદ્ધોને દર મહિને મળવી જોઈએ. મોટાભાગના લાભાર્થીઓને પેન્શન દર મહિને મળતું નથી. તેથી એવા નિરાધાર વૃદ્ધો કે જેમની આવકના અન્ય સ્રોતો ન હોય તેમના માટે પેન્શનની રકમ વધારવી જોઈએ અને પેન્શન સમયસર દર મહિને મળે તેવા પ્રયત્નો કરવા જોઈએ.

- **યોજનાનો લાભ સમયસર ચૂકવવામાં આવે છે કે નહિ તેની માહિતી**

વૃદ્ધ વ્યક્તિઓને પેન્શન સમયસર મળે તે ખૂબ જ જરૂરી છે કેમ કે કેટલાક વૃદ્ધો માટે માત્ર પેન્શન જીવનનિર્વાહનું મુખ્ય સ્રોત છે. અભ્યાસ હેઠળ વૃદ્ધોને વૃદ્ધ પેન્શન યોજનાનો લાભ સમયસર ચૂકવવામાં આવે છે કે નહિ તે તપાસવામાં આવ્યું છે. જેની માહિતી નીચે મુજબ છે.

કોષ્ટક નં.૧.૬૮
યોજનાના લાભ સમયસર મળે છે કે નહિ તેની માહિતી દર્શાવતું

કોષ્ટક		
વિગત	વૃદ્ધ લાભાર્થીઓની સંખ્યા	ટકાવારી
હા	૨૧	૧૬.૨
ના	૧૦૯	૮૩.૮
કુલ	૧૩૦	૧૦૦.૦૦

સ્રોત : પ્રાથમિક ક્ષેત્રકાર્ય દરમિયાન પ્રાપ્ત થયેલી માહિતી

આલેખ નં.૧.૮
યોજનાના લાભ સમયસર મળે છે કે નહિ તેની માહિતી દર્શાવતો આલેખ

ઉપરોક્ત કોષ્ટક અને આલેખના આધારે કહી શકાય છે કે ૮૩.૮ ટકા લાભાર્થીઓને પેન્શન સમયસર મળતું નથી. અમુક લાભાર્થીઓ એવા હતા કે જેમને ૫ કે ૬ મહિનાથી પેન્શન મળ્યું નથી. અને જ્યારે પેન્શન ઘરે આવે છે ત્યારે પેન્શનની બધી રકમ તેમને મળતી નથી. વૃદ્ધોને પેન્શનની

બધી રકમ સમયસર મળી જાય તેવા પ્રયત્ન કરવા જોઈએ.

- **વૃદ્ધોને લાભાર્થીઓને કેટલાક દિવસથી પેન્શન નથી મળ્યું તેની માહિતી**

સરકાર દ્વારા જે વૃદ્ધ પેન્શન યોજનાની શરૂઆત કરવામાં આવી હતી. તે પ્રમાણે વૃદ્ધોને દર મહિને પેન્શનની રકમ મળવી જોઈએ. પરંતુ અભ્યાસ હેઠળ જોવા મળ્યું કે વૃદ્ધોને દર મહિને પેન્શન મળતું નથી.

પ્રસ્તુત અભ્યાસ હેઠળ લાભાર્થીઓને કેટલા દિવસોથી પેન્શન નથી મળ્યું તેની માહિતી મેળવવામાં આવી છે, જે નીચે મુજબ છે.

| કોષ્ટક નં.૧.૬૯ | | |
| કેટલા દિવસથી પેન્શન નથી મળ્યું તેની માહિતી દર્શાવતું કોષ્ટક | | |
દિવસ	વૃદ્ધ લાભાર્થીઓની સંખ્યા	ટકાવારી
૦ થી ૫૦	૦	૦
૫૧ થી ૧૦૦	૧૯	૧૪.૬
૧૦૧ થી ૧૫૦	૫૧	૩૯.૨
૧૫૧ થી ૨૦૦	૧૬	૧૨.૩
૨૦૧ થી ૨૫૦	૧૭	૧૩.૧
૨૫૧ થી ૩૦૦	૨	૧.૫
૩૦૧ દિવસ કરતા	૪	૩.૧

વધુ		
લાગું પડતું નથી	૨૧	૧૬.૨
કુલ	૧૩૦	૧૦૦.૦૦
સ્ત્રોત : પ્રાથમિક ક્ષેત્રકાર્ય દરમિયાન પ્રાપ્ત થયેલી માહિતી		

ઉપરોક્ત કોષ્ટકના આધારે કહી શકાય છે કે ૩૯.૨ ટકા લાભાર્થીઓને ૧૦૧ થી ૧૫૦ દિવસની વચ્ચે પેન્શન મળ્યું નથી. ૩.૧ ટકા લાભાર્થીઓ એવા હતા કે જેમને ૩૦૧ થી વધારે દિવસથી પેન્શન મળ્યું નથી. મોટાભાગના લાભાર્થીઓને ૧૦૦ દિવસથી વધારે સમયથી પેન્શન મળ્યું નથી. લાભાર્થીઓના મતે દર મહિને જે રૂ.૪૦૦ની સહાય આપે છે. તે પણ સમયસર મળતું નથી, તેથી તેમને બીજા ઉપર આધાર રાખવું પડે છે.

પ્રસ્તુત અભ્યાસ દ્વારા વૃદ્ધ પેન્શન યોજનાનો લાભ મેળવવા માટે વૃદ્ધોને કેટલી વખત પ્રયત્ન કરવો પડ્યો છે તેની માહિતી મેળવવામાં આવી છે, જે નીચે મુજબ છે.

કોષ્ટક નં.૧.૭૦		
યોજનાનો લાભ મેળવવા માટે કેટલી વખત પ્રયત્ન કરવું પડ્યું તેની માહિતી દર્શાવતું કોષ્ટક		
વિગત	વૃદ્ધ લાભાર્થીઓની સંખ્યા	ટકાવારી
એક	૪	૩.૧

બે	૨૨	૧૬.૯
ત્રણ	૫૮	૪૪.૬
ત્રણ થી વધુ વાર	૪૬	૩૫.૪
કુલ	૧૩૦	૧૦૦.૦૦

સ્રોત : પ્રાથમિક ક્ષેત્રકાર્ય દરમિયાન પ્રાપ્ત થયેલી માહિતી

ઉપરોક્ત કોષ્ટકના આધારે કહી શકાય છે કે ૪૪.૬ ટકા લાભાર્થીઓને પેન્શન મેળવવા માટે ત્રણ વખત પ્રયત્ન કરવો પડ્યો હતો. ૩૫.૪ ટકા લાભાર્થીઓને પેન્શન મેળવવા માટે ત્રણથી વધુ વાર પ્રયત્ન કરવો પડ્યો હતો.

પ્રસ્તુત અભ્યાસ હેઠળ પોસ્ટમેન અથવા બેંકના કર્મચારીઓનું વૃદ્ધો પ્રત્યેનું વર્તન કેવું હોય છે તેની માહિતી મેળવવામાં આવી છે, જે નીચે મુજબ છે.

કોષ્ટક નં.૧.૭૧ પોસ્ટમેન અથવા બેંકના કર્મચારીઓના વર્તન અંગેની માહિતી દર્શાવતું કોષ્ટક		
વિગત	વૃદ્ધ લાભાર્થીઓની સંખ્યા	ટકાવારી
સારું	૧૧૩	૮૬.૯
ખરાબ	૧૭	૧૩.૧
કુલ	૧૩૦	૧૦૦.૦૦
સ્રોત : પ્રાથમિક ક્ષેત્રકાર્ય દરમિયાન પ્રાપ્ત થયેલી માહિતી		

ઉપરોક્ત કોષ્ટકના આધારે કહી શકાય છે. ૧૩.૧ ટકા લાભાર્થીઓના મતે પોસ્ટમેનનું વર્તન સારુ હોતું નથી. તેમના મતે પોસ્ટમેન એમને સારી રીતે જવાબ આપતા નથી. કોઈપણ માહિતી તેમને બરાબર આપતા નથી.

કોષ્ટક નં.૧.૭૨ પોસ્ટમેનને કોઈ રકમ ચૂકવવાની હોય છે કે નહિ તેની માહિતી દર્શાવતું કોષ્ટક		
વિગત	વૃદ્ધ લાભાર્થીઓની સંખ્યા	ટકાવારી
હા	૧૭	૧૩.૧
ના	૧૧૩	૮૬.૯
કુલ	૧૩૦	૧૦૦.૦૦

સ્રોત : પ્રાથમિક ક્ષેત્રકાર્ય દરમિયાન પ્રાપ્ત થયેલી માહિતી

ઉપરોક્ત કોષ્ટકના આધારે કહી શકાય છે કે ૧૩.૧ ટકા લાભાર્થીઓના મતે પોસ્ટમેનને રકમ ચૂકવવાની હોય છે. અમુક વૃદ્ધોના જણાવ્યા અનુસાર તેઓ ખુશીથી પોસ્ટમેનને ચા/પાણી માટે અમુક રકમ આપે છે, જે રકમ આપવામાં આવે છે તેની માહિતી નીચે મુજબ છે.

કોષ્ટક નં.૧.૭૩ પોસ્ટમેનને જે રકમ ચૂકવવાની હોય તેની માહિતી દર્શાવતું કોષ્ટક		
વિગત	વૃદ્ધ લાભાર્થીઓની	ટકાવારી

	સંખ્યા	
રૂ.૨૫ થી ઓછું	૧૪	૧૦.૮
રૂ.૨૫.૧ થી ૫૦	૨	૧.૫
રૂ.૫૦.૧ થી વધારે	૧	.૮
લાગું પડતું નથી	૧૧૩	૮૬.૯
કુલ	૧૩૦	૧૦૦.૦૦

સ્રોત : પ્રાથમિક ક્ષેત્રકાર્ય દરમિયાન પ્રાપ્ત થયેલી માહિતી

ઉપરોક્ત કોષ્ટકના આધારે કહી શકાય છે કે ૧૦.૮ ટકા લાભાર્થીઓ પોસ્ટમેનને રૂ.૨૫ કરતા ઓછી રકમ આપે છે. ૧.૫ ટકા લાભાર્થીઓ રૂ.૨૫.૧ થી રૂ.૫૦.૧ સુધી અને ૦.૮ ટકા લાભાર્થીઓ રૂ.૫૦.૧ કરતા વધારે રકમ પોસ્ટમેનને આપે છે.

- **લાભાર્થીઓને જે સહાય આપવામાં આવે છે તે પૂરતી છે કે નહિ તે માહિતી**

સરકાર દ્વારા વૃદ્ધોને જે દર મહિને રૂ.૪૦૦ની સહાય પેન્શનરૂપે આપવામાં આવે છે. તે રકમ તેમના માટે પૂરતી છે કે કેમ ? તે જાણવાનો પ્રયત્ન કરવામાં આવ્યો છે જેની માહિતી નીચે મુજબ છે.

કોષ્ટક નં.૧.૭૪		
પેન્શનની રકમ પૂરતી છે કે નહિ તેની માહિતી દર્શાવતું કોષ્ટક		
વિગત	વૃદ્ધ લાભાર્થીઓની સંખ્યા	ટકાવારી

હા	૪	૩.૧
ના	૧૨૬	૯૬.૯
કુલ	૧૩૦	૧૦૦.૦૦
સ્રોત : પ્રાથમિક ક્ષેત્રકાર્ય દરમિયાન પ્રાપ્ત થયેલી માહિતી		

આલેખ નં.૧.૯
પેન્શનની રકમ પૂરતી છે કે નહિ તેની માહિતી
દર્શાવતો આલેખ

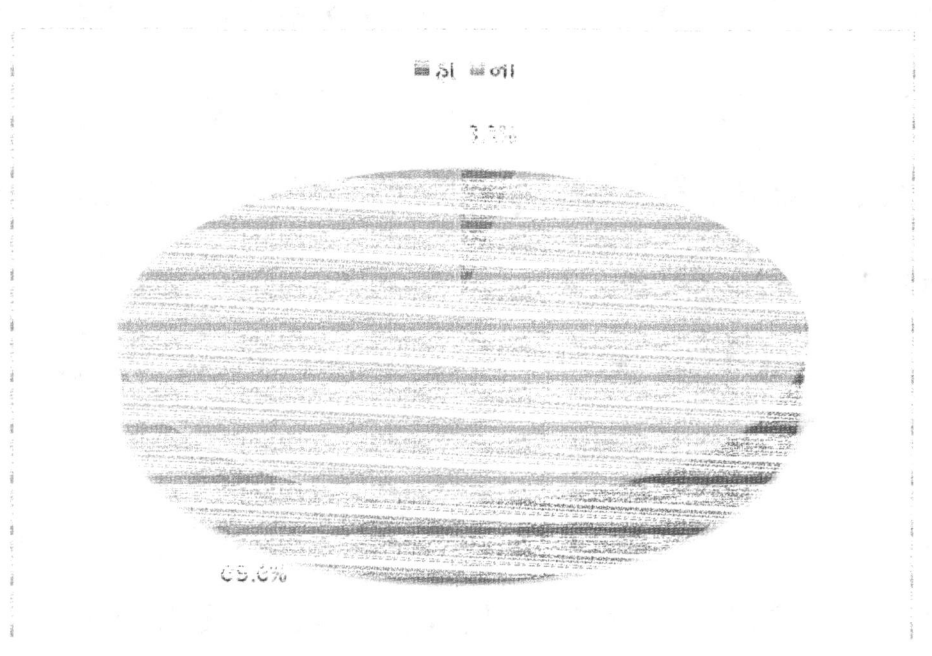

ઉપરોક્ત કોષ્ટક અને આલેખના આધારે કહી શકાય છે કે માત્ર ૩.૧ ટકા લાભાર્થીઓના મતે પેન્શનની રકમ પૂરતી છે. જ્યારે ૯૬.૯ ટકા લાભાર્થીઓના મતે પેન્શનની રકમ પૂરતી નથી. વૃદ્ધ લાભાર્થીઓના મતે વર્તમાન સમયમાં

મોંઘવારીના પ્રમાણે પેન્શનની રકમ ખૂબ જ ઓછી છે. તેથી સરકારને પેન્શનની રકમ વધારવી જોઈએ.

- **યોજના હેઠળ કેટલી સહાય મળવી જોઈએ તેની માહિતી**

વૃદ્ધ લાભાર્થીઓના મતે સરકાર દ્વારા જે પેન્શન મળતું હતું તે ખૂબ જ ઓછું હતું. તેમના મતે પેન્શનની રકમમાં વધારો થવો જોઈએ. પ્રસ્તુત અભ્યાસ હેઠળ વૃદ્ધ પેન્શનમાં તેમના મતે કેટલો વધારો થવો જોઈએ. તે તપાસવાનો પ્રયત્ન કરવામાં આવ્યો છે, જેની માહિતી નીચેના કોષ્ટકમાં છે.

કોષ્ટક નં.૧.૭૫		
યોજના હેઠળ કેટલી સહાય વધારવી જોઈએ તેની માહિતી દર્શાવતું કોષ્ટક		
વિગત	વૃદ્ધ લાભાર્થીઓની સંખ્યા	ટકાવારી
રૂ. ૫૦૧ થી ૧૦૦૦	૧૨૨	૯૩.૮
રૂ.૧૦૦૧ થી ૧૫૦૦	૨	૧.૫
રૂ.૧૫૦૧ થી વધારે	૨	૧.૫
લાગુ પડતું નથી	૪	૩.૧
કુલ	૧૩૦	૧૦૦.૦૦
સ્રોત : પ્રાથમિક ક્ષેત્રકાર્ય દરમિયાન પ્રાપ્ત થયેલી માહિતી		

ઉપરોક્ત કોષ્ટકના આધારે કહી શકાય છે કે ૯૩.૮ ટકા લાભાર્થીઓના મતે પેન્શનની રકમમાં રૂ.૫૦૧ થી ૧૦૦૦ની

વચ્ચે વધારો થવો જોઈએ. ૧.૫ ટકા લાભાર્થીઓના મતે પેન્શનની રકમમાં રૂ.૧૦૦૧થી રૂ.૧૫૦૦ની વચ્ચે વધારો થવો જોઈએ. ૧.૫ ટકા લાભાર્થીઓના મતે પેન્શનની રકમ રૂ.૧૫૦૧ થી વધારે હોવી જોઈએ.

- **લાભાર્થીઓ પેન્શનનો ઉપયોગ શેના માટે કરે છે તેની માહિતી**

પ્રસ્તુત અભ્યાસ હેઠળ વૃદ્ધ લાભાર્થીઓ સરકાર દ્વારા જે વૃદ્ધ પેન્શન મળે છે. તેનો ઉપયોગ કયા હેતુ માટે થાય છે તે તપાસવાનો પ્રયત્ન કરવામાં આવ્યો છે, જેની માહિતી નીચેના કોષ્ટકમાં છે.

કોષ્ટક નં.૧.૭૬		
પેન્શનના ઉપયોગની માહિતી દર્શાવતું કોષ્ટક		
વિગત	વૃદ્ધ લાભાર્થીઓની સંખ્યા	ટકાવારી
જીવનનિર્વાહ માટે	૧૨૬	૯૬.૯
સ્વાસ્થ્ય માટે	૪	૩.૧
કુલ	૧૩૦	૧૦૦.૦૦
સ્રોત : પ્રાથમિક ક્ષેત્રકાર્ય દરમિયાન પ્રાપ્ત થયેલી માહિતી		

ઉપરોક્ત કોષ્ટકના આધારે કહી શકાય છે કે ૯૬.૯ ટકા લાભાર્થીઓ પેન્શનનો ઉપયોગ જીવનનિર્વાહ માટે કરે છે.

૩.૧ ટકા લાભાર્થીઓ પેન્શનનો ઉપયોગ સ્વાસ્થ્ય માટે કરેછે.

- **યોજનાના કારણે લાભાર્થીઓના જીવનધોરણમાં કોઈ સુધારો થયેલો છે કે નહિ તેની માહિતી**

પ્રસ્તુત અભ્યાસ હેઠળ સરકાર દ્વારા જે વૃદ્ધ પેન્શન આપવામાં આવે છે તેના લીધે વૃદ્ધોના જીવનધોરણમાં કોઈ સુધારો થયેલો છે કે કેમ? તે તપાસવામાં આવ્યું છે, જેની માહિતી દર્શાવતું કોષ્ટક નીચે મુજબ છે.

કોષ્ટક નં.૧.૭૭		
યોજનાને લીધે લાભાર્થીઓના જીવનધોરણમાં કોઈ સુધારો થયેલો છે કે નહી તેની માહિતી દર્શાવતું કોષ્ટક		
વિગત	વૃદ્ધ લાભાર્થીઓનીં સંખ્યા	ટકાવારી
હા	૫૧	૩૯.૨
ના	૭૯	૬૦.૮
કુલ	૧૩૦	૧૦૦.૦૦
સ્રોત : પ્રાથમિક ક્ષેત્રકાર્ય દરમિયાન પ્રાપ્ત થયેલી માહિતી		

ઉપરોક્ત કોષ્ટકના આધારે કહી શકાય છે કે ૬૦.૮ ટકા લાભાર્થીઓના મતે પેન્શનના લીધે તેમના જીવનધોરણમાં સુધારો થયેલો નથી. અમુક લાભાર્થીઓના જણાવ્યા અનુસાર તેમને પેન્શનની રકમ દર મહિને મળતી ન હતી. ચાર કે પાંચ મહિના પછી તેમને પેન્શન મળે છે. તેથી

પેન્શનને લીધે તેમના જીવનધોરણમાં કોઈ સુધારો થયેલો નથી. અને અમુક લાભાર્થીઓના મતે પેન્શનના લીધે તેમના જીવનધોરણમાં સુધારો થયો છે કેમ કે પેન્શનના લીધે અમુક જરૂરિયાતો તેઓ પોતે સંતોષી શકતા હતા.

પ્રસ્તુત અભ્યાસ હેઠળ પેન્શનને લીધે વૃદ્ધ લાભર્થીઓ સલામતી અનુભવે છે કે નહિ તેની માહિતી મેળવવામાં આવી છે, જે નીચે મુજબ છે.

કોષ્ટક નં.૧.૭૮		
પેન્શનને લીધે વૃદ્ધ લાભાર્થીઓ સલામતી અનુભવે છે કે નહિ તેની માહિતી દર્શાવતું કોષ્ટક		
વિગત	વૃદ્ધ લાભાર્થીઓની સંખ્યા	ટકાવારી
વધારે સલામતી	૫૧	૩૯.૨
પહેલા જેવું જ છે.	૭૭	૫૯.૨
કોઈ સલામતી નથી	૨	૧.૫
કુલ	૧૩૦	૧૦૦.૦૦
સ્રોત : પ્રાથમિક ક્ષેત્રકાર્ય દરમિયાન પ્રાપ્ત થયેલી માહિતી		

ઉપરોક્ત કોષ્ટકના આધારે કહી શકાય છે કે ૩૯.૨ ટકા લાભાર્થીઓ પેન્શન યોજનાને લીધે વધારે સલામતી અનુભવે છે. ૫૯.૨ ટકા લાભાર્થીઓ પહેલા જેવી સ્થિતિ જ

અનુભવે છે. ૧.૬ ટકા લાભાર્થીઓ કોઈ સલામતી અનુભવતા નથી.

- **પેન્શન મેળવવા માટે લાંબી પ્રક્રિયામાંથી પસાર થવું પડે છે કે નહિ તેની માહિતી**

પ્રસ્તુત અભ્યાસ હેઠળ વૃદ્ધ પેન્શન સહાય મેળવવા માટે વૃદ્ધોને લાંબી પ્રક્રિયામાંથી પસાર થવું પડે છે કે નહિ તે તપાસવામાં આવ્યું છે, જેની માહિતી નીચેના કોષ્ટકમાં છે.

કોષ્ટક નં.૧.૭૯

પેન્શન મેળવવા માટે લાંબી પ્રક્રિયામાંથી પસાર થવું પડે છે કે નહિ તેની માહિતી દર્શાવતું કોષ્ટક

વિગત	વૃદ્ધ લાભાર્થીઓની સંખ્યા	ટકાવારી
હા	૧૧૧	૮૫.૪
ના	૧૯	૧૪.૬
કુલ	૧૩૦	૧૦૦.૦૦
સ્રોત : પ્રાથમિક ક્ષેત્રકાર્ય દરમિયાન પ્રાપ્ત થયેલી માહિતી		

ઉપરોક્ત કોષ્ટકના આધારે કહી શકાય છે કે ૮૫.૪ ટકા લાભાર્થીઓને વૃદ્ધ પેન્શન સહાય મેળવવા માટે લાંબી પ્રક્રિયામાંથી પસાર થવું પડ્યું હતું. ૧૪.૬ ટકા લાભાર્થીઓને સહાય મેળવવા માટે લાંબી પ્રક્રિયામાંથી પસાર થવું ન પડ્યું હતું. કેટલાક લાભાર્થીઓના મતે પેન્શનનું ફોર્મ ભર્યા

પછીના કેટલાક મહિનાઓ પછી તેમને પેન્શન મળવાની શરૂઆત થઈ હતી.

- **હાલમાં કોઈ જરૂરિયાતો પૂરી કરવામાં વૃદ્ધ લાભાર્થીઓ કોઈ મુશ્કેલી અનુભવે છે કે નહિ તેની માહિતી**

વૃદ્ધ થવાની સાથે સાથે વ્યક્તિની જરૂરિયાતો પણ ઓછી થતી જાય છે. એવા સમયગાળા દરમિયાન વ્યક્તિને સમયસર ભોજન અને સ્વાસ્થ્યની સુવિધાઓ મળી રહે તે મુખ્ય છે. પ્રસ્તુત અભ્યાસ હેઠળ વૃદ્ધ લાભાર્થીઓ હાલમાં કોઈ જરૂરિયાતો પૂરી કરવામાં મુશ્કેલીઓ અનુભવે છે કે નહિ તે તપાસવામાં આવ્યું છે, જેની માહિતી નીચે મુજબ છે.

કોષ્ટક નં.૧.૮૦		
વૃદ્ધ લાભાર્થીઓ હાલમાં કોઈ જરૂરિયાતો પૂરી કરવામાં મુશ્કેલી અનુભવે છે કે નહિ તેની માહિતી દર્શાવતું કોષ્ટક		
વિગત	વૃદ્ધ લાભાર્થીઓની સંખ્યા	ટકાવારી
હા	૨૫	૧૯.૨
ના	૧૦૫	૮૦.૮
કુલ	૧૩૦	૧૦૦.૦૦
સ્ત્રોત : પ્રાથમિક ક્ષેત્રકાર્ય દરમિયાનપ્રાપ્ત થયેલી માહિતી		

ઉપરોક્ત કોષ્ટકના આધારે કહી શકાય છે કે ૧૯.૨ ટકા લાભાર્થીઓ હાલમાં અમુક જરૂરિયાતો પૂરી કરવામાં મુશ્કેલીઓ અનુભવે છે.

પ્રસ્તુત અભ્યાસ હેઠળ વૃદ્ધો હાલમાં કઈ જરૂરિયાતો પૂરી કરવામાં મુશ્કેલીઓ અનુભવે છે તેની માહિતી મેળવવામાં આવી છે, જે નીચે મુજબ છે.

કોષ્ટક નં.૧.૮૧		
વૃદ્ધો હાલમાં કઈ જરૂરિયાતો પૂરી કરવામાં મુશ્કેલીઓ અનુભવે છે તેની માહિતી દર્શાવતું કોષ્ટક		
વિગત	વૃદ્ધ લાભાર્થીઓની સંખ્યા	ટકાવારી
નાણાંકીય	૨૫	૧૯.૨
લાગુ પડતું નથી	૧૦૫	૮૦૮
કુલ	૧૩૦	૧૦૦.૦૦
સ્રોત : પ્રાથમિક ક્ષેત્રકાર્ય દરમિયાન પ્રાપ્ત થયેલી માહિતી		

ઉપરોક્ત કોષ્ટકના આધારે કહી શકાય કે ૧૯.૨ ટકા લાભાર્થીઓ નાણાંકીય જરૂરિયાતો પૂરી કરવામાં મુશ્કેલીઓ અનુભવે છે. તેઓના જણાવ્યા અનુસાર વૃદ્ધાવસ્થામાં તેમની શારીરિક શક્તિ ઘટી ગઈ છે. તેથી તેઓ કોઈપણ પ્રકારનું કામ કરવા સક્ષમ નથી. અને સરકાર પણ જે પેન્શન આપે છે તે સહાય પણ ઓછી છે જેથી તેઓ નાણાંની અછત અનુભવે છે.

- **વૃદ્ધ લાભાર્થીઓના કુટુંબમાં અન્ય સભ્યને કોઈ યોજનાનો લાભ મળે છે કે નહિ તેની માહિતી**

પ્રસ્તુત અભ્યાસ હેઠળ વૃદ્ધ લાભાર્થીઓના કુટુંબમાં અન્ય સભ્યને કોઈ યોજનાનો લાભ મળે છે કે નહિ તે તપાસવામાં આવ્યું છે, જેની માહિતી નીચેના કોષ્ટકમાં છે.

કોષ્ટક નં.૧.૮૨		
પ્રસ્તુત અભ્યાસ હેઠળ વૃદ્ધ લાભાર્થીઓના કુટુંબમાં અન્ય સભ્યને કોઈ યોજનાનો લાભ મળે છે કે નહિ તે નહિ તે દર્શાવતું કોષ્ટક		
વિગત	વૃદ્ધ લાભાર્થીઓની સંખ્યા	ટકાવારી
હા	૩૯	30.0
ના	૭૮	૬૦.૦
લાગુ પડતું નથી	૧૩	૧૦.૦
કુલ	૧૩૦	૧૦૦.૦૦
સ્રોત : પ્રાથમિક ક્ષેત્રકાર્ય દરમિયાન પ્રાપ્ત થયેલી માહિતી		

ઉપરોક્ત કોષ્ટકના આધારે કહી શકાય છે ક કે 30.0 ટકા લાભાર્થીઓના કુટુંબમાં અન્ય સભ્યને કોઈ યોજનાનો લાભ મળે છે.

વૃદ્ધ લાભાર્થીઓના કુટુંબમાં પણ અમુક સભ્યો એવા હતા કે જેમને વૃદ્ધ પેન્શન અથવા વિધવા પેન્શન મળતું હતું, જેની માહિતી નીચેના કોષ્ટકમાં છે.

કોષ્ટક નં.૧.૮૩

વૃદ્ધ લાભાર્થીઓના કુટુંબના સભ્યને કઈ યોજનાનો લાભ મળે છે તેની માહિતી

વિગત	વૃદ્ધ લાભાર્થીઓની સંખ્યા	ટકાવારી
વૃદ્ધ પેન્શન	૩૭	૨૮.૫
વિધવા પેન્શન	૨	૧.૫
લાગુ પડતું નથી	૯૧	૭૦.૦
કુલ	૧૩૦	૧૦૦.૦૦

સ્રોત : પ્રાથમિક ક્ષેત્રકાર્ય દરમિયાન પ્રાપ્ત થયેલી માહિતી

ઉપરોક્ત કોષ્ટકના આધારે કહી શકાય છે કે ૨૮.૫ ટકા લાભાર્થીઓના કુટુંબમાં કોઈ સભ્યને વૃદ્ધ પેન્શન મળે છે. ૧.૫ ટકા લાભાર્થીઓના કુટુંબમાં કોઈ સભ્યને વિધવા પેન્શન મળે છે.

- **વૃદ્ધ લાભાર્થીઓ યોજના ઉપરાંત નાણાંકીય સહાય કોની પાસેથી મેળવે છે તેની માહિતી**

વૃદ્ધોને પણ પોતાની અમુક જરૂરિયાતો પૂર્ણ કરવા માટે નાણાંની જરૂર પડે છે. એવા સંજોગોમાં વૃદ્ધ લાભાર્થીઓ નાણાંકીય સહાય કોની પાસેથી મેળવે છે, તે જાણવાનો પ્રયત્ન કરવામાં આવ્યું છે, જેની માહિતી નીચે મુજબ છે.

કોષ્ટક નં.૧.૮૪

વૃદ્ધ લાભાર્થીઓ યોજના ઉપરાંત નાણાંકીય સહાય કોની પાસેથી

મેળવે છે તેની માહિતી દર્શાવતું કોષ્ટક		
વિગત	વૃદ્ધ લાભાર્થીઓની સંખ્યા	ટકાવારી
પોતાની પાસે પૈસા હોય છે.	૪૬	૩૫.૪
જીવનસાથી પાસેથી	૪	૩.૧
પુત્રી પાસેથી	૬	૪.૬
પુત્ર પાસેથી	૫૬	૪૩.૧
સગાઓ પાસેથી	૩	૨.૩
મિત્રો પાસેથી	૨	૧.૫
વહુ પાસેથી	૨	૧.૫
પોતાની પાસેથી, જીવનસાથી પાસેથી	૧	.૮
પોતાની પાસેથી, પુત્રી પાસથી	૧	.૮
પોતાની પાસેથી, પુત્ર પાસેથી	૮	૬.૨
જીવનસાથી પાસેથી, પુત્ર પાસેથી	૧	.૮
કુલ	૧૩૦	૧૦૦.૦૦

સ્રોત : પ્રાથમિક ક્ષેત્રકાર્ય દરમિયાન પ્રાપ્ત થયેલી માહિતી

ઉપરોક્ત કોષ્ટકના આધારે કહી શકાય છે કે ૩૫.૪ ટકા લાભાર્થીઓ પાસે પૈસા હોય છે એટલે તેઓ નાણાંકીય જરૂરિયાત માટે બીજા ઉપર આધાર રાખતા નથી. ૪૩.૧ ટકા લાભાર્થીઓ નાણાંકીય જરૂરિયાત માટે પુત્રો ઉપર

આધાર રાખે છે. ૪.૬ ટકા લાભાર્થીઓ નાણાંકીય જરૂરિયાત માટે પુત્રી પર આધાર રાખે છે. ૨.૩ ટકા લાભાર્થીઓ નાણાંકીય જરૂરિયાત માટે સગાઓ પર આધાર રાખે છે. ૧.૫ ટકા લાભાર્થીઓ નાણાંકીય જરૂરિયાત માટે મિત્રો પર આધાર રાખે છે. ૧.૫ ટકા લાભાર્થીઓ નાણાંકીય જરૂરિયાત માટે વહુ પર આધાર રાખે છે. ૦.૮ ટકા લાભાર્થીઓ નાણાંકીય જરૂરિયાત પોતાની પાસેથી અને જીવનસાથી પાસેથી સંતોષે છે. ૦.૮ ટકા લાભાર્થીઓ નાણાંકીય જરૂરિયાત પોતાની પાસેથી અને પુત્રી પાસેથી સંતોષે છે. ૬.૨ ટકા લાભાર્થીઓ નાણાંકીય જરૂરિયાત પોતાની પાસેથી અને પુત્ર પાસેથી સંતોષે છે. ૦.૮ ટકા લાભાર્થીઓ નાણાંકીય જરૂરિયાત જીવનસાથી પાસેથી અને પુત્ર પાસેથી સંતોષે છે.

૧૦. સૂચનો

પ્રસ્તુત પુસ્તકમાં નિરાધાર વૃદ્ધ પેન્શન યોજનાના લાભાર્થીઓનો આર્થિક-સામાજિક અભ્યાસ કરવામાં આવ્યો છે. ત્યારે વૃદ્ધ લાભાર્થીઓની સામાજિક સ્થિતિ કેવી રીતે સુધારી શકાય વૃદ્ધોને યોજના વિશેની સાચી માહિતી કેવી રીતે આપી શકાય અને યોજનામાં ફેરફાર અંગેના સૂચનો નીચે મુજબ કરવામાં આવ્યા છે.

- વૃદ્ધોની જરૂરિયાતોને સમજવી જોઈએ. વૃદ્ધાવસ્થામાં વ્યક્તિની મુખ્ય જરૂરિયાતો કઈ છે, તેમને કેવા પ્રકારની સમસ્યાઓનો સામનો કરવો પડે છે. વગેરે બાબતો અંગે અભ્યાસ હાથ ધરવા જોઈએ. સરકારને તેમની જરૂરિયાત પ્રમાણે સહાય આપવી જોઈએ.

- સરકાર દ્વારા વૃદ્ધોને અપાતી આર્થિક સહાયમાં વધારો કરવો જોઈએ. વર્તમાન સમયમાં વૃદ્ધોને પેન્શનની રકમ રૂ.૪૦૦ આપવામાં આવે છે. તે મોંઘવારીની તુલનામાં ખૂબ જ ઓછી છે. તેથી પેન્શનની રકમમાં વધારો કરવો જોઈએ. ફુગાવામાં થતા વધારા સાથે પેન્શનની રકમમાં વધારો જરૂરી છે. અન્યથા ફુગાવાના દરમાં થતો વધારો પેન્શનની અસરકારકતાને નાબૂદ કરી નાખે છે. પેન્શનની રકમ વૃદ્ધોને દર મહિને સમયસર મળી શકે તેવી વ્યવસ્થા કરવી જોઈએ.

- વૃદ્ધ પેન્શન યોજનાની માહિતી બધા લોકોને સરળતાથી મળી શકે તેવા પ્રયત્નો કરવા જોઈએ, પેન્શન યોજનાનો પ્રચાર કરવો જોઈએ.

- વૃદ્ધાવસ્થામાં શારીરિક શક્તિ ઓછી થઈ જાય છે તેથી વૃદ્ધ પેન્શન યોજનાનો ફોર્મ સરકારી અધિકારીઓ વૃદ્ધોના ઘરે આવીને ભરાવી જાય તેવા પ્રયત્નો સરકારને કરવા જોઈએ.

- આજેપણ કેટલાક વૃદ્ધો એવા છે કે જેઓ વૃદ્ધ પેન્શન યોજના માટે લાયકાત ધરાવે છે. પરંતુ શારીરિક શક્તિ ઓછી હોવાને લીધે તેઓ જિલ્લા કલેક્ટરની કચેરીએ જઈને ફોર્મ ભરી શકતા નથી. પેન્શન મેળવવા માટેની પ્રક્રિયા લાંબી હોય છે. વારંવાર ધક્કા ખવડાવે છે. તેથી આ સુવિધા વૃદ્ધોને ઘરે મળી શકે તેવા પ્રયત્નો કરવા જોઈએ.

- પ્રાથમિક ક્ષેત્રકાર્ય દરમિયાન એવી માહિતી મળી હતી કે વૃદ્ધોને પેન્શન હવેથી પોસ્ટમેન ઘેર આપશે નહિ. પરંતુ બેંકમાં વૃદ્ધોને ખાતું ખોલાવવું પડશે અને બેંકમાં તેમનું પેન્શન જમા થશે. પરંતુ અમુક વૃદ્ધો ખૂબ જ ઘરડા થઈ ગયા હોય છે અને તેઓ એકલા પણ રહેતા હોય. આવા સંજોગોમાં તેમના માટે આ બદલાવ યોગ્ય નથી. તેથી પેન્શન વૃદ્ધોને ઘરે જ મળવો જોઈએ.

- જે વૃદ્ધો સાવ એકલા રહેતા હોય જેમની સારસંભાળ કરવાવાળા કોઈ ન હોય તેવા વૃદ્ધોને વૃદ્ધાશ્રમમાં રહેઠાણની સુવિધા આપવી જોઈએ. તેમના કૌશલ્ય પ્રમાણે ત્યાં તેમને કામની તકો આપવી જોઈએ.

- જે વૃદ્ધો અતિગરીબ પરિવારના હોય તેમને પેન્શનની સાથે ખોરાક, સ્વાસ્થ્યની સુવિધા વિના મૂલ્યે આપવી જોઈએ.

- કુટુંબના સભ્યો વૃદ્ધોનું મહત્વ સમજે તેમની કાળજી રાખે તે માટે સમાજને જાગૃત કરવા જોઈએ.

- અમુક વૃદ્ધ લાભાર્થીઓ એવા છે કે જેમની પાસે કોઈપણ પ્રકારની ભૌતિક સગવડતા નથી. તેઓનું ઘર પણ એવું છે કે ગમે તે સમયે તૂટી પડે. એવા વૃદ્ધો માટે સરકારને ખાસ તકેદારી રાખવી જોઈએ અને તેમને મકાનની સવલતો આપવી જોઈએ.

- વૃદ્ધ પેન્શન આપતા પહેલા સરકારી કર્મચારીઓને તપાસ કરવી જોઈએ કે ખરેખર તેઓ વૃદ્ધ પેન્શન માટે હકદાર છે કે નહિ. અભ્યાસ દરમિયાન જોવા મળ્યું કે અમુક વૃદ્ધ લાભાર્થીઓ એવા હતા કે જેમને ખરેખર પેન્શન મળવું જોઈએ. જેમની આર્થિક સ્થિતિ ખૂબ જ દયનીય હતી પરંતુ તેમને પેન્શન મળતું ન હતું. અને અમુક વૃદ્ધો એવા હતા કે જેઓ આર્થિક રીતે સદ્ધર હતા તેમને પેન્શન મળતું હતું. જે વૃદ્ધોની આર્થિક સ્થિતિ ખૂબ જ દયનીય હોય તેમને પેન્શન મળવું જોઈએ અને પેન્શનની રકમમાં વધારો પણ થવો જોઈએ.

- યોજનાનો લાભ મેળવવા માટે બિનજરૂરી વિગતો દૂર કરીને પેન્શન મંજૂરીની પ્રક્રિયા ઝડપી બનાવવી જોઈએ.

- યોજનાની સંપૂર્ણ જાણકારી ટી.વી. ચેનલોમાં જાહેરાતો દ્વારા આપવી જોઈએ, જેથી વધારેમાં વધારે લોકોને યોજનાની જાણકારી મળી રહે.

- રાજ્યના દરેક ગ્રામીણ અને શહેરી વિસ્તારોમાં જાહેર સ્થળોએ યોજનાની પાત્રતાની જોગવાઈ તથા લાભો મેળવવાની કાર્યવાહીના પોસ્ટરો ચોંટાડવા જોઈએ.

- વૃદ્ધો માટે મદદગૃહની સ્થાપના કરવી જોઈએ.

૧૧. સંદર્ભસૂચિ

1) Bhatiya Hiitesh (2013), "Social security in India with reference to fiscal sustainability and ageing", A Thesis submitted to Maharaja Sayaji Rao University of Baroda, for the degree of Ph.D. in Business Economics

2) C.V.Balmurali and Rekha (2012), "Evaluation of Indira Gandhi National Old Age Pension Scheme in Tamilnadu", Ministry of Rural Development, Govt. of India, New Delhi, Page no. 1 to 112

3) Department of Social Security, Gandhinagar, Government of Gujarat

4) Directorate of Women and Child Development, Gandhinagar, Government of Gujarat

5) Gupta Aashish (2011), "Old age pension scheme in Jharkhand and", Economic and Political Weekly, Vol.Xl. VIII, No. 34, Page no.54 to 59

6) Ministry of Labour and Employment (2007), The unorganized sector workers social security bill, Government of India

7) Ministry of Rural Development (1995), National Social Assistance Programme

8) Polly Lucas **(209)**, "Old age pension as a social security initiative: The case of Botswana "A research essay submitted in partial fulfilment of the Master of Social Work degree, Page no.1 to 57

9) Rami Gaurang **(2013)**, "Social exclusion and social protection in Gujarat", SEPT Research Journal Of Social Science, ISSN:-AFG-77962

10) www.nsap.nic.in

11) ડૉ. કિરીટ (૨૦૦૪),ગુજરાતના વિકાસના નકશા, નવભારત પ્રકાશન મંદિર, અમદાવાદ

12) ડૉ. પટેલ જે.સી. (૧૯૯૯), વૃદ્ધત્વની સમસ્યા: ગુજરાત રાજ્ય સંદર્ભમાં, હર્ષ પ્રકાશન

13) દવે મંજુલાબેન (૨૦૧૨),ગુજરાતની આર્થિક અને પ્રાદેશિક ભૂગોળ, યુનિવર્સિટી ગ્રંથ નિર્માણ બોર્ડ,

14) નાયક દોલતભાઈ (૨૦૧૦),ભારતનો બંધારણીય કાયદો,યુનિવર્સિટી ગ્રંથ નિર્માણ બોર્ડ, અમદાવાદ

15) પટેલ આનંદીબેન (૨૦૦૯),વ્યાવસાયિક સમાજકાર્યના આધારસ્તંભો વ્યાવસાયિક અભિવૃત્તિપ્રકાશન, અમદાવાદ.

16) વૈષ્ણવ બિપીનચંદ્ર (૨૦૦૬),સામાજિક ન્યાય સમિતિઓ અને નબળા વર્ગોને સહાયરૂપ કાયદા, નિયમો, યોજનાઓ, નવસર્જન પબ્લિકેશન, અમદાવાદ

www.ingramcontent.com/pod-product-compliance
Lightning Source LLC
Chambersburg PA
CBHW081607200526
45169CB00021B/2182